INSIGHT PUBLICA

INSIGHT PUBLICA®

Nadakkavu, Kozhikode, Kerala
www.insightpublica.com
e-mail: insightpublica@gmail.com

Pranayam Draupadam

Dr. Radhakrishnan Velayudhan

(Novel-Malayalam)

First Edition: October 2021

ISBN 978-93-91453-83-1
Printed and Published by
Insightinpublica Printers & Publishers Pvt. Ltd.

പ്രണയം ദ്രൗപദം

ഡോ. രാധാകൃഷ്ണൻ വേലായുധൻ

INSIGHT PUBLICA

തിരുവനന്തപുരം ജില്ലയിലെ കല്ലിയൂരിൽ ഹൈസ്‌കൂൾ അധ്യാപക നായിരുന്ന എൻ. വേലായുധന്റെയും കെ. ശാരദയുടെയും മകനായി 1963 ൽ ജനനം. പുന്നമൂട് ഗവ. ഹൈസ്‌കൂൾ, ഗവ. ആർട്‌സ് കോളേജ്, മഹാത്മാഗാന്ധികോളേജ്, യൂണിവേഴ്‌സിറ്റി കോളേജ് എന്നിവിടങ്ങളിൽ വിദ്യാഭ്യാസം. ഒ.വി. വിജയന്റേയും ആനന്ദിന്റേയും നോവലുകളെ ആസ്പദമാക്കി യു.ജി.സി ഫെല്ലോഷിപ്പോടെ നടത്തിയ ഗവേഷണത്തിന് 1998ൽ ഡോക്ടറേറ്റ് ബിരുദം. പൊതുവിദ്യാഭ്യാസവകുപ്പിലെ ജൂനിയർ സൂപ്രണ്ട് തസ്തികയിൽ നിന്നും 2018 ൽ സ്വയം വിരമിച്ചു.

പ്രസിദ്ധീകരിച്ച കൃതി: ദൈവത്തിന്റെ കണ്ണീർ, ഖജുരാഹോ

ഡോ. രാധാകൃഷ്ണൻ വേലായുധൻ

മുഖമൊഴി

ദൈവത്തേയും അവന്റെ പ്രതിയോഗിയേയും ബന്ധിപ്പിച്ച് ഞാൻ തുടക്കമിട്ട ഒരു ട്രിലജിയിലെ അവസാനത്തെ കൃതിയാണിത്. ആദ്യകൃതിയായ 'ദൈവത്തിന്റെ കണ്ണീരിൽ' കഥാപാത്രങ്ങളായ വ്യക്തികളേയും അവർ ഉൾപ്പെടുന്ന സമൂഹത്തേയും തുല്യനിലയിൽ വിശകലനം ചെയ്യാനാണ ശ്രമിച്ചത്. രണ്ടാമത്തെ കൃതിയായ 'ഖജുരാഹോ'യിൽ വ്യക്തികളെ കൂടുതൽ ഏകാഗ്രീകരിക്കേണ്ടിവന്നു. ജീവിതത്തിന്റെ മുൻപോട്ടുള്ള യാത്രയിൽ സ്വാഭാവികമായും സംഭവിക്കുന്ന ജീവശാസ്ത്രപരമായ ഏകാഗ്രീകരണത്തിന്റെ പ്രതിഫലനമായിരുന്നു ഇത്.

ട്രിലജി പൂർത്തിയാവുന്ന ഈ കൃതിയിൽ ഇതിഹാസ കഥാപാത്രങ്ങളായ ഭീഷ്മരേയും ശിഖണ്ഡിയേയും ബന്ധിപ്പിച്ച് അവർക്കിടയിൽ നിലനിന്ന ഗഹനമായ ഒരു മൗനലോകത്തെ പ്രകാശമാനമാക്കാനാണ ശ്രമിച്ചത്.

ചെയ്ത ശപഥങ്ങളിൽ - ശാശ്വതമായ സത്യത്തെക്കുറിച്ചുള്ള അടിയുറച്ച വിശ്വാസത്തിൽ - ഉറച്ചുനിന്നതു കൊണ്ടാണ് ഭീഷ്മർക്ക് സ്വച്ഛന്ദമായ ഒരു ജീവിതവും അതിലും സ്വച്ഛന്ദമായ ഒരു ജീവിതാന്ത്യവും കൈവരുന്നത്. ഇതിഹാസത്തിലെ എണ്ണമറ്റ കഥാപാത്രങ്ങളിൽ ഈ നേട്ടം കൈവരുന്ന ഒരേ ഒരാൾ ഭീഷ്മരാണ്.

അറിഞ്ഞോ അറിയാതെയോ അയാളുടെ ജീവിതത്തെ പിന്തുടരുന്ന അംബയും രണ്ടുജന്മങ്ങൾ കടന്ന് അയാളുടെ ജീവിതതത്ത്വത്തോടു വിലയം പ്രാപിക്കുന്നു.

പാത്രജീവിതങ്ങളെ സംബന്ധിക്കുന്ന ഈ വസ്തുതകളോടൊപ്പം 'After Truth Age' എന്ന സാഹിത്യസംജ്ഞയോടുള്ള എന്റെ ചെടിപ്പും ഈ കൃതിയുടെ നിർമ്മിതിയെ ഘടനാപരമായി അതിനിർണ്ണയിച്ചിട്ടുണ്ടാവാമെന്നാണ് ഞാൻ കരുതുന്നത്. കേൾക്കാൻ തുടങ്ങിയ കാലം മുതൽ എന്നെ അമ്പരപ്പിച്ചുപോന്ന ഒരു സംജ്ഞയാണിത്. ശാസ്ത്രത്തിലേയോ തത്വചിന്തയിലേയോ സർഗ്ഗാത്മക ധാരകളൊന്നും ഏഴയലത്തു പോലും അടുപ്പിക്കാൻ ഇടയില്ലാത്ത ഈ വ്യവഹാരം കലാസാഹിത്യങ്ങളുടെ മണ്ഡലത്തിൽ മാത്രം ഇത്ര എളുപ്പത്തിൽ കടന്നു കയറി ആധിപത്യമുറപ്പിച്ചതെങ്ങിനെയാണ്?

സർഗ്ഗരംഗത്തെ അനധികൃതകുടിയേറ്റങ്ങളെക്കുറിച്ചാണെങ്കിൽ കല യാഥാർത്ഥ്യത്തിൽ നിന്ന് രണ്ടു വട്ടം ഭിന്നമാണ് എന്ന് (Art is the imitation of the imitation and it is twise removed from the reality) എന്ന് നൂറ്റാണ്ടുകൾക്കു മുൻപേ പ്ലേറ്റോ നിരീക്ഷിച്ചതാണല്ലോ. ദുരന്തകാവ്യങ്ങളിലെ പിരിമുറുക്കത്തിന് അയവുവരുത്തുന്ന സാഹചര്യങ്ങളെക്കുറിച്ച് അരിസ്റ്റോട്ടിലും ഉദാത്തതയ്ക്ക് (Sublimity) കോട്ടമുണ്ടാക്കുന്ന ഘടകങ്ങളെക്കുറിച്ച് ലോംഗിനസ്സും മുന്നറിയിപ്പ നല്കിയിരുന്നുവല്ലോ?

ചരിത്രപരമായ ഈ ചർച്ചകളെക്കുറിച്ചൊന്നും ധാരണയില്ലാതെ ഇനിയത്തെ കാലം വ്യാജന്മാരുടേതുമാത്രം എന്ന ആത്മവിശ്വാസക്കുറവ് കലാരംഗത്തു പ്രവർത്തിക്കുന്നവരുടെയിടയിൽ മാത്രം കുടിയേറിയതിനു കാരണമെന്താണ്?

മഹാഭാരതം കിളിപ്പാട്ട്, ഗദ്യാഖ്യാനം (എം.പി.ചന്ദ്രശേഖരപിള്ള), ഡി.ഡി. കൊസാംബിയുടെ കൃതികൾ, Indian Mythology (Veronica Ions) കുട്ടികൃഷ്ണ മാരാരുടെ കൃതികൾ (ഭാരതപര്യടനം, രാജാങ്കണം) പുരാണിക് എൻസൈക്ലോപീഡിയ (വെട്ടം മാണി) എന്നിവയാണ് നോവലിന്റെ രചനയ്ക്കായി ഞാനാശ്രയിച്ച കൃതികൾ. അതും ശരി ഇതും ശരിയെന്ന മട്ടിൽ വലിച്ചുനീട്ടി പുറങ്ങളുടെ എണ്ണം കൂട്ടൽ എനിക്കുവശഗമായ സംഗതിയല്ല. പലവീക്ഷണകോണുകൾ അവതരിപ്പിച്ച് സുവ്യക്തമായതിനെ കൂടുതൽ സങ്കീർണ്ണമാക്കുന്നതിനോടു താല്പര്യമുണ്ടായിരുന്നതുമില്ല. യാദൃച്ഛികമായെങ്കിലും കൃതികൾ മറിച്ചുനോക്കാനിടയായ വായനക്കാരിൽ പലരും നേരിട്ടോ അല്ലാതെയോ സന്തോഷമറിയിക്കുകയും ഉള്ളടക്കത്തെക്കുറിച്ച് ആശയവിനിമയം നടത്തുകയും ചെയ്തിട്ടുണ്ട്. ദൈവത്തിന്റെ കണ്ണീർ അയ്യായിരം കോപ്പികളും ഖജുരാഹോ മൂന്നാംപതിപ്പും പിന്നിട്ടിരിക്കുന്നു.

പ്രകാശനകർമ്മമോ റിവ്യൂകാരന്മാരുടെ ക്ഷുദ്രാശകളോ ഇല്ലാതെ എഴുത്തിന്റെ കലയിൽ ഇത്രയും ദൂരം സഞ്ചരിക്കാൻ കഴിഞ്ഞതിൽത്തന്നെ ഞാൻ സംതൃപ്തനാണ്. കഥാപാത്രങ്ങളെ ഉൾപ്പെടുത്തി നടത്തുന്നതാണെങ്കിലും പരിപൂർണ്ണധ്യാനത്തിന്റെ അനുരണനങ്ങളല്ലാത്ത ഒരു വിചാരണയും കൃതികളിൽ ഞാൻ നടത്തിയിട്ടില്ല.

സാവധാനത്തിലാണെങ്കിലും കൃതികൾക്കുണ്ടായി വരുന്ന സ്വീകാര്യതക്ക് സർവ്വശക്തനായ ജഗന്നിയന്താവിനോടു ഞാൻ നന്ദി പറയുന്നു. യഥാർത്ഥത്തിൽ സർവ്വസ്തുതികൾക്കും അർഹൻ അവൻ മാത്രമാണല്ലോ .

ഡോ.രാധാകൃഷ്ണൻ വേലായുധൻ

തിരുവനന്തപുരം

ആശംസ

പള്ളിച്ചൽ രാമചന്ദ്രൻ നായർ

പ്രിയപ്പെട്ട ശ്രീ. രാധാകൃഷ്ണൻ,

'പ്രണയം ദ്രൗപദം' ഹൃദ്യമായ വായനാനുഭവമായി, ഇതിഹാസ കഥാപാത്രങ്ങളായ ഭീഷ്മർക്കും ചിത്രയോധിയെന്ന ശിഖണ്ഡിക്കുമിടയിൽ നിലനിന്ന അർത്ഥഗർഭമായ ഒരു മൗനത്തെ വികസിപ്പിച്ച് മനോഹരമായ വായനാനുഭവമാക്കിത്തീർത്തിരിക്കുകയാണ് താങ്കൾ. കൃതിയിലുടനീളം നിലനിർത്തിയിട്ടുള്ള ക്ലാസിക്കൽ ആയ ഭാഷയും പാത്രസംസ്കാരത്തിന്റെ പ്രൗഢിയും ശ്ലാഘനീയം തന്നെ!

താങ്കളുടെ ആദ്യരണ്ടുകൃതികളും സസൂക്ഷ്മം വായിക്കുകയും രണ്ടാമത്തെ കൃതിയെ വായനക്കാർക്കു പരിചയപ്പെടുത്തുകയും ചെയ്ത ഞാൻ ഏറെ പ്രതീക്ഷയോടെയാണ് 'പ്രണയം ദ്രൗപദം' കയ്യിലെടുത്തത്. എന്റെ പ്രതീക്ഷ അസ്ഥാനത്തായില്ലെന്നു മാത്രമല്ല ഇതിഹാസോപജീവ്യമായ മലയാള കൃതികളിൽ മുൻനിരയിൽത്തന്നെ സ്ഥാനം പിടിക്കാൻ എന്തുകൊണ്ടും അർഹമായ രചനാ വൈഭവവും ദാർശനിക ഗരിമയും ഈ കൃതി പുലർത്തുന്നുണ്ടെന്നു തന്നെയാണ് എന്റെ സുചിന്തതമായ അഭിപ്രായം. കൃതിയുടെ വിപുലമായ പ്രചാരത്തിനും വിശദമായ ചർച്ചകൾക്കും ഇടവരട്ടേ എന്ന് സർത്മനാ പ്രാർത്ഥിച്ചുകൊണ്ട്.

കൈതമുക്ക്

ആശംസ

ശ്രീ. തിരുവട്ടൂർ

'പ്രണയം ദ്രൗപദം' എന്ന നോവലുമായി ഡോ. രാധാകൃഷ്ണൻ വേലായുധൻ വായനക്കാരുടെ ഹൃദയങ്ങളിലൂടെ ഐശ്വര്യത്തോടെ യാത്രതുടരുന്നത് ശ്ലാഘനീയമാണ്. സാഹിത്യലോകത്തെ ഉവലുകളാണ് കഥ, നോവൽ, നാടകം, ലേഖനം, കവിത.

മനസ്സു തൊട്ടറിഞ്ഞ എന്റെ ചങ്ങാതി എന്നതിലുപരി മനുഷ്യപ്പറ്റ് തനതായ രൂപത്തിലും ഭാവത്തിലും അന്വർത്ഥമാക്കി സ്വന്തം കർമ്മ സരണിയിലൂടെ സാക്ഷാത്കരിക്കുന്ന വ്യക്തിത്വത്തിന്റെ ഉടമയാണ്. ജീവജാലങ്ങളോടുള്ള ദയാവായ്പിലൂടെ ജീവിതത്തെ ധന്യമാക്കുന്ന ഡോ. രാധാകൃഷ്ണൻ വേലായുധൻ മറക്കാനാവാത്ത ചങ്ങാതിയാണ്. സഞ്ചാരപ്രിയനും പ്രകൃതിയോട് ഒട്ടി നില്ക്കുന്ന വ്യക്തിയുമാണ്. ആയിരക്കണക്കിനു പരിചയക്കാരുള്ള എനിക്ക് വിരലിലെണ്ണാവുന്ന സുഹൃത്തുക്കളേയുള്ളൂ. അവരിലൊരാൾ ഡോ. രാധാകൃഷ്ണൻ വേലായുധനാണ്. സാഹിത്യത്തിന് മുതൽ കൂട്ടാണ് അദ്ദേഹത്തിന്റെ രചനകൾ. സർവ്വവിധ ആശംസകളും നേരുന്നതോടൊപ്പം ആയുരാരോഗ്യത്തിനു വേണ്ടി പ്രപഞ്ചനാഥനോട് പ്രാർത്ഥിക്കുകയും ചെയ്യുന്നു.

കണ്ണൂർ

സമർപ്പണം

അഭിവന്ദ്യ ഗുരുനാഥൻ, ശ്രീ.ഡോ. നടുവട്ടം ഗോപാലകൃഷ്ണൻ സാറിന്റെ തൃപ്പാദങ്ങളിൽ.

രചനാ പരിശ്രമങ്ങളിലെ എക്കാലത്തേയും മാർഗ്ഗദർശികളായ ശ്രീ. പച്ചിക്കോട്ടു സുകുമാരൻസാർ, കല്ലിയൂർ മധുസാർ, ശ്രീ.എം.സി. ബാല കൃഷ്ണൻ സാർ, എഴുത്തിന് വിഭവങ്ങളേകി ആത്മവിശ്വാസമേറ്റുന്ന ശ്രീ. ശ്രീപുരം ചന്ദ്രമോഹനൻ, പ്രശസ്ത പത്രപ്രവർത്തകനും കഥാകാരനുമായ ശ്രീ.വി.വി.പ്രഭാകരൻ മാഷ്, നാടകകാരനും കവിയുമായ ശ്രീ.പദ്മനാഭൻ ബ്ലാത്തൂർ, കഥാകാരനും അദ്ധ്യാപകനുമായ ശ്രീ. ലിണ്ടൻ മാഷ് എന്നിവരേയും നന്ദിപൂർവ്വം സ്മരിക്കുന്നു.

പ്രശസ്ത ചിത്രകാരൻ ഉളിക്കലിലെ ശ്രീ.കെ.വി.രാമചന്ദ്രൻ മാഷാണ് ചിത്രങ്ങൾ വരച്ച് ആകർഷകമാക്കിയത്. ഗുരുതുല്യനും, കവിയുമായ ശ്രീ. പള്ളിച്ചൽ രാമചന്ദ്രൻസാറും ബഹു. ഭാഷാ പണ്ഡിതനും, ഗ്രന്ഥകാരനും നിതാന്ത സഞ്ചാരിയുമായ ശ്രീ. തിരുവട്ടൂർ എന്ന ശ്രീ. കെ.വി അബ്ദുള്ള കുട്ടി മാഷും ആശംസകൾ അറിയിച്ച് ധന്യരാക്കി. മൂവരുടെയും മഹൽസഹകരണത്തിന് ഞാൻ സർവ്വശക്തനായ ദൈവത്തോട് നന്ദിപറയുന്നു.

കഥാകാരനായ ശ്രീ. എ.കെ.റിയാസ് മുഹമ്മദ്, എടനീരിലെ ശ്രീ.രാജൻമാഷ്, ശ്രീ. ശ്രീധരൻ തെക്കും പാടൻ, ചെറുവത്തൂരിലെ ശ്രീ.സുധീർ മാഷ്, അരിക്കോട്ടെ ശ്രീ. സക്കീർ ഹുസൈൻ മാഷ് എന്നിവരേയും നന്ദിപൂർവ്വം സ്മരിക്കുന്നു.

രാധാകൃഷ്ണൻ വേലായുധൻ

തിരുവനന്തപുരം

ആമുഖം

ഒന്ന്

ശ്രാവസ്തിയിൽ
മഞ്ഞുവീഴാൻ തുടങ്ങിയിരുന്നു.
സായന്തനത്തിന്റെ ഇളംചൂടിനെ
ഹരിച്ചുകൊണ്ട്
അടർന്നു വീഴുന്ന മഞ്ഞുമഴയിൽ
തനിച്ചിരിക്കുമ്പോൾ
കാലം അവിടെ തളം കെട്ടി നില്ക്കുകയാണെന്നയാൾ
തിരിച്ചറിഞ്ഞു.
നിശ്ചലമായ ആകാശം
നിശ്ചലമായ തടാകം
നിശ്ചലമായ തരുസഞ്ചയം.
ഓർമ്മകളുടെ വേലിയേറ്റങ്ങളെല്ലാം
അവസാനിക്കുമ്പോൾ
മനസ്സ് അനാദ്യന്തമായ കാലം പോലെ നിശ്ചലമാവുന്നു.
കാലം ചലിച്ചു കൊണ്ടേയിരിക്കുന്നുവെന്നത്
ഒരു പക്ഷേ,
മനസ്സിന്റെ ഒരു തോന്നൽ മാത്രമായിരിക്കണം.
മരണത്തോടെ എല്ലാം അവസാനിക്കുന്നുവെന്ന
ഭ്രമത്തിൽ നിന്നുണ്ടാവുന്നത്.
മരണത്തോടെ ഒന്നും അവസാനിക്കുന്നില്ലെന്ന്
ഇതിനകം അയാൾ തീർച്ചയാക്കിക്കഴിഞ്ഞിരുന്നു.

കർമ്മപരമ്പരകൾക്കിടയിലെ
ലഘുവിശ്രമങ്ങൾ
യാത്രകൾ
വീണ്ടും വിശ്രമങ്ങൾ
വീണ്ടും യാത്രകൾ

ശ്രാവസ്തിയിൽ
അനാദ്യന്തമായ മഴപോലെ
മഞ്ഞുപെയ്തു.
അനാദ്യന്തമായ മഴയിൽ
അനാദ്യന്തമായ കാലരാശിയിൽ
അനാദ്യന്തമായ കാലത്തിന്റെ
ഇരിപ്പിടത്തിലെന്നപോലെ
അയാൾ തനിച്ചിരുന്നു

രണ്ട്

ഒരു നിമിഷം നിശ്ചലയായി നിന്നു
മഹാതേജസ്സിന്റെ അഗ്നിക്കുമുന്നിൽ.
അഗ്നിതന്നെയാണ്.
(അഗ്നിതന്നെയാണ്)
അഗ്നിയെ അറിയാൻ തപം വേണം.
തപം
താപം
താപസജീവിതം
നിന്നെ അറിഞ്ഞു കൊണ്ടേയിരിക്കും ഞാൻ
സ്മരിച്ചു കൊണ്ടേയിരിക്കും
ഭജിച്ചു കൊണ്ടേയിരിക്കും.
ശിഷ്ടജീവിതത്തിൽ,
വരും ജന്മങ്ങളിലെല്ലാം.

മൂന്ന്

തേജസ്വിനി !
പ്രച്ഛന്നത്വം തേജസ്സിനെ മറയ്ക്കില്ല.
നിശ്ചയ ദാർഢ്യം
ഉള്ളിലെ കനലിന്റെ
താപത്തെ വെളിപ്പെടുത്തുന്നു.
വിദ്വേഷമല്ല
മറ്റെന്തോ
മറ്റെന്തോ
മറ്റെന്തോ ആണ്
ആരാണിവൾ?
ആരാണിവൾ?
ആരാണ്???

യുദ്ധം

ഒന്ന്

ധർമ്മാധർമ്മങ്ങളുടെ
അതിസൂക്ഷ്മങ്ങൾ
ആരാണറിയുന്നതു കൗന്തേയാ.
എങ്കിലും ഈ യുദ്ധത്തിന്റെ
ആത്യന്തിക ഗതി
നിങ്ങൾക്കനുകൂലമായിരിക്കുമെന്നെനിക്കറിയാം.
ആയുധം കൈയിലിരിക്കുമ്പോൾ
പിതാമഹനായ ഞാൻ അവധ്യൻ തന്നെയാണ്.
എങ്കിലും ഉള്ളറകളിലെവിടെയോ
ഉരുണ്ടുകൂടി ഉറയുന്ന ഒരു വിങ്ങൽ
ഭൂമിയിൽ പിറന്നു മരിക്കുന്ന
ഏതൊരു
മനുഷ്യാത്മാവിന്റേയും
അനിവാര്യവിധിയാണെന്നുവരാം
കൗന്തേയ.

രണ്ട്

പിതാമഹഭീഷ്മരുടെ അർദ്ധോക്തി
അനിർവ്വചനീയമായ
ഒരു നിശബ്ദതയാണവിടെ സൃഷ്ടിച്ചത്.
യുദ്ധഭൂമിയുടെ പ്രാന്തത്തിലുള്ള കൈനിലകളേയും
അതിനു ചുറ്റുമുള്ള അനന്തമായ നഗര ശേഷങ്ങളേയും
മുഴുവൻ ഇരുട്ടു മൂടിക്കഴിഞ്ഞിരുന്നു.
അനന്തമായ കൈനിലകൾ
അനന്തമായ ഇരുട്ട്
അനന്തമായ നഗര ശേഷങ്ങൾ
മാഘമാസത്തിലെ ഇളം തണുപ്പുള്ള ആ രാത്രിയിൽ
കുരുഭൂമിയുടെ പുരഃ പ്രാന്തത്തിലുള്ള ചെറുകൂടാരങ്ങളിലൊന്നിൽ
നിശബ്ദരായിരുന്നുകൊണ്ട് തുടങ്ങിക്കഴിഞ്ഞ
മഹായുദ്ധത്തിന്റെ വരും വരായ്കകളുടെ
സന്ദേഹങ്ങളിലൊന്നിനെ തുടച്ചു നീക്കാൻ
ശ്രമിക്കുകയായിരുന്നു അവർ.
ഭഗവാൻ കൃഷ്ണനും
പൃഥാത്മജന്മാർ അഞ്ചുപേരും.

മൂന്ന്

യുദ്ധം ഒരപ്രതീക്ഷിത വ്യതിയാനത്തിലേക്കാണ്
എത്തിനില്ക്കുന്നത്. തുടക്കം മുതൽ തങ്ങൾക്കുണ്ടായിരുന്ന
മേധാവിത്വം ഒൻപതാം ദിവസം ഭീക്ഷ്മർ തന്റെ പ്രചണ്ഡവീര്യം
പുറത്തെടുത്തതോടെ മാറിമറിഞ്ഞിരിക്കുന്നു.
പാണ്ഡവസൈന്യത്തിലെ പകുതിയോളം പേരെ ഒരൊറ്റ
ദിവസം കൊണ്ട് ഭീഷ്മർ എയ്തു വീഴ്ത്തി.
കൂടാതെ അർജ്ജുന പുത്രനായ ഇരാവാന്റേയും ഭീമസഖാവായ
നീലന്റേയും മരണത്തിനും ഒൻപതാം ദിവസം സാക്ഷിയായി.
ഇരാവാനെ അലംബുഷരാക്ഷസനും നീലനെ
അശ്വത്ഥാമാവുമാണ് വധിച്ചതെങ്കിലും ഭീഷ്മരുടെ
യുദ്ധ നേതൃത്വവും വ്യൂഹ ബന്ധനവും തന്നെയാണ്
ഇരുവരേയും മരണത്തിലേക്കെത്തിച്ചത്.
ഭീഷ്മർ ആയുധമെടുത്തുനില്ക്കുമ്പോൾ ജയം
അസാധ്യം തന്നെയാണെന്ന് ഭഗവാൻ അടക്കം പറഞ്ഞു.

നാല്

അർജ്ജുനന്റെ ശരമാരികൾക്കൊന്നും ഭീഷ്മരെ സ്പർശിക്കാനാ
വാതെ വന്നപ്പോൾ ഒരുഘട്ടത്തിൽ ഭാഗവാൻ നേരിട്ടിറങ്ങി
ഭീഷ്മരുടെ നേരെ ചമ്മട്ടിയുമായി നീങ്ങിയത് ഇരുപക്ഷത്തേയും
കുറേ നേരം അമ്പരപ്പിലാഴ്ത്തി.

'എന്നെ കൊന്നോളൂ കൃഷ്ണാ' 'പ്രതിജ്ഞകൾ ലംഘിച്ച് നീ
ചെയ്യുന്നത് ഒരു ഭാഗ്യമായി കരുതും ഞാൻ' എന്നു ഭീഷ്മരും
'അരുത് കൃഷ്ണ, പ്രതിജ്ഞാലംഘനമരുത്,' 'ഭീഷ്മരെ ഞാൻ
തന്നെ വധിക്കാം' എന്നു പറഞ്ഞ് പാർത്ഥനും തല്ക്കാലം രംഗം
ശാന്തമാക്കി. 'ഭഗവാനും ചാഞ്ചല്യമോ' എന്നുകാണികളും
'അതിരുവിട്ടുപോയി, വേണ്ടിയിരുന്നില്ല' എന്നു കൃഷ്ണനും
പിന്നീട് ഇതേക്കുറിച്ചാലോചിച്ചു.

അഞ്ച്

'ശിഖണ്ഡിയെ മുൻ നിർത്തി യുദ്ധം ചെയ്യൂ പാർത്ഥ, ഞാൻ
അവളെകൊല്ലില്ല,ശരം തൊടുക്കുക പോലുമില്ല.
ഞാൻ ഒരിക്കലും ആഗ്രഹിച്ചിട്ടില്ലാത്ത ഈ
യുദ്ധത്തിലെ എന്റെ ഭാഗധേയത്വം അങ്ങനെ

അവസാനിക്കട്ടെ.'കൈനിലകൾക്കു പുറത്തെ ഇരുട്ടിനോടാണ് ഗംഗേയൻ അതു പറഞ്ഞത്.

കൃഷ്ണനോ കൗന്തേയന്മാരിലാരെങ്കിലുമോ അവിടെ ഇല്ലെന്നതു പോലെ. രാത്രി ഏറെ വൈകിയിരുന്നു അപ്പോൾ.

കൈനിലകളിലെ അവസാനവിളക്കുകളും

അണഞ്ഞു തുടങ്ങിയിരുന്നു.

അവൻ

ആറ്

'ഞാൻ അവളെ കൊല്ലില്ല ശരം തൊടുക്കുക പോലുമില്ല, ഞാൻ ഒരിക്കലും ആഗ്രഹിച്ചിട്ടില്ലാത്ത ഈ യുദ്ധത്തിലെ എന്റെ ഭാഗധേയത്വം അങ്ങനെ അവസാനിക്കട്ടെ.'

ഒരുപാടാലോചിച്ചാണ് ഭീഷ്മർ അതു പറഞ്ഞത്. ഒരുപാടുകന മുള്ളചില ഓർമ്മകളെ ഒട്ടേറെ ആയാസപ്പെട്ടുപുറത്തെടുക്കുന്ന ഒരാളെപ്പോലെ. എങ്കിലും രണ്ടു ഖണ്ഡങ്ങളുള്ള ആ പ്രസ്താവ നയെ അതങ്ങനെയല്ല, ഭഗവാന്റേയും കൗന്തേയന്മാരുടേയും തല്ക്കാലത്തെ സന്ദിഗ്ദ്ധാവസ്ഥയ്ക്കു പരിഹാരമായ ലളിതമായ ഒരുത്തരമെന്നതു പോലെയാണ് അയാൾ ഉരുവിട്ടത്.
ആ ഉത്തരത്തിന്റെ ഉത്തരഭാഗം ഏറ്റവും ക്ഷിപ്രമായ ഒരു വർത്തമാനകാലത്തിൽ ഭൂമിയിലെ തന്റെ താരതേജസ്സുള്ള ജീവിതത്തിന് എന്നെന്നേയ്ക്കുമായി തിരശ്ശീലയിടാൻ പോന്നതാണ് എന്നറിയാമിരിക്കിലും. കൂടാതെ ആ ഉത്തരത്തി ന്റെ പൂർവ്വഭാഗം ഉത്തരഭാഗത്തേക്കാൾ തീവ്രമായി യദുകുലരാജ രത്നമായ കൃഷ്ണനോടാ തന്റെ ധിഷണ കൊണ്ടുബീജാവാപം ചെയ്ത് താൻതന്നെ വളർത്തിയെടുത്ത കുരുവംശത്തിലെ പുരു ഷകേസരി കളിലാരെങ്കിലുമൊരാളോടോ ഒരു കാലത്തും താൻ വിനിമയം ചെയ്തിട്ടില്ലാത്ത അർത്ഥഗർഭമായ ഒരു മൗനത്തിന്റെ മഹാസാഗരങ്ങളിലേക്കാണത് വിരൽ ചൂണ്ടുന്നത് എന്ന വാസ്ത വത്തെ തന്റെ ജീവിതത്തിലുടനീളമെന്നതുപോലെ ഇപ്പോഴും മറച്ചു വെക്കുന്നതായിരുന്നിട്ടു കൂടിയും. മുളയും പനയോലയും കൊണ്ടു നിർമ്മിച്ച ആ കൂടാരത്തിന്റെ നിശബ്ദതയിൽ നിന്ന് ആ നിശബ്ദതയുടേയും പുറത്തെ ഇരുട്ടിന്റേയും മറക്കുടകൾ പിടിച്ച് കൃഷ്ണനും കൗന്തേയന്മാർ അഞ്ചുപേരും ഇറങ്ങിപ്പോയ തെപ്പോഴാണെന്നയാൾ അറിഞ്ഞില്ല. മരിച്ചപോരാളികളുടേയും അശ്വങ്ങളുടേയും ജഡങ്ങളേയും തകർന്ന രഥങ്ങളുടേയും ആയു ധങ്ങളുടേയും ശേഷിപ്പുകളേയും നീക്കം ചെയ്യുന്ന കൈവർത്ത കരുടെ ആരവങ്ങളേയും അവരുടെ കൈകളിലെ പന്തങ്ങളുടെ വെളിച്ചങ്ങളേയും ശ്രദ്ധിച്ച് കുറെ നേരം കൂടി അയാൾ തന്റെ കൈനിലയുടെ ഉമ്മറപ്പടിയിൽ നിശബ്ദനായിരുന്നു.

ഏഴ്

മഹാമതേ!
സാല്വൻ എന്നെ തിരസ്കരിച്ചു.
സ്വയംവരപ്പന്തലിൽ നിന്ന്
പരപുരുഷൻ ബലാല്ക്കാരേണ
കൂട്ടിക്കൊണ്ടു പോയ എന്നെ
ഒരിക്കൽ പ്രണയിയായിരുന്നെങ്കിൽത്തന്നെയും
അയാൾക്കു സ്വീകരിക്കാനാവില്ലെന്ന്.
നാഥാ! സ്വീകരിച്ചാലുമെന്നെ!
സ്ത്രീയായി ജനിച്ച ഒരുവൾക്ക്
ഒരു പുരുഷന്റെ തുണയില്ലാതെ
ഇഹലോകത്തിന്റെ സമസ്യകളെ
പൂരിപ്പിക്കാനാവില്ലല്ലോ?
പാകതയെത്താത്ത കാലത്ത്
ഒരുവനിൽ മനസ്സർപ്പിച്ചു പോയെങ്കിലും
അംഗുലീയങ്ങൾ പോലും പരസ്പരം
സ്പർശിച്ചിട്ടില്ലാത്ത സ്ഥിതിക്ക്
ഞാൻ ഒരർത്ഥത്തിലും അങ്ങേയ്ക്ക്
അഗ്രാഹ്യയല്ലല്ലോ.
അങ്ങാണെങ്കിൽ സ്വയംവരപ്പന്തലിൽവച്ച്
ബലമായി കരം കവർന്നതിലൂടെ
ഭാരതവർഷത്തിന്റെ നിയമങ്ങളനുസരിച്ച്
എന്റെ ഹൃദയനാഥനായി
മാറിക്കഴിഞ്ഞുമിരിക്കുന്നു.
മഹാമതേ, ഭാരതവർഷത്തിലെ
ഹൃദയബാന്ധവങ്ങളുടെ
ധർമ്മനീതികൾ മാനിക്കുക.
മഹാമതേ, ഉപേക്ഷിക്കരുതെന്നെ.
രാജകുമാരിയായി ജനിച്ച്
കാശീവാസികളുടെ കണ്ണിലുണ്ണിയായ
പ്രഥമ കന്യകയായി വളർന്ന എന്നെ
നിരാലംബതയുടെ തമോഗഹ്വരങ്ങളിലേക്ക്
എറിഞ്ഞുകളയരുത്
മഹാമതേ,
മഹാമതേ,
മഹാ....

എട്ട്

നിശബ്ദനായാണ്
ആ പ്രാർത്ഥന കേട്ടു നിന്നത്,
ജീവിതത്തിലാദ്യമായാണ്
ഒരു സ്ത്രീയുടെ
അതും കൗമാരയുക്തയായ ഒരു കന്യകയുടെ
ആത്മസ്പർശിയായ വിലാപത്തിനുമുന്നിൽ
അവളെ സമാധാനിപ്പിക്കാനുതകുന്ന
ഒരുത്തരവും തോന്നാതെ
നിശബ്ദതപാലിക്കേണ്ടിവരുന്നത്.
അതും അവളുടെ പ്രശ്നത്തിന്റെ
ആദിമധ്യാന്തങ്ങളുടെ ഉത്തരവാദിത്വവും
തന്നിൽ മാത്രമായിരിക്കേ!
എന്തുപറഞ്ഞാണവളെ സമാധാനിപ്പിക്കുക.
എന്തുത്തരം നല്കിയാണവളുടെ
പ്രാണവേദനയെ ശമിപ്പിക്കുക.
എന്തുത്തരം നല്കിയാണവളുടെ
ഭാവിജീവിതത്തെ തുറിച്ചു നോക്കുന്ന
നിരാശ്രയത്വത്തിന്റെ ഭയത്തെ
ഇല്ലായ്മ ചെയ്യുക ?

ഒൻപത്

കൗശിക മഹാറാണി കൂട്ടിനയച്ച
സുമന്ത്രയേയും മേദിനിയേയും
വിമാല്വരുടെ പ്രാസാദത്തിലിരുത്തിയശേഷം
തപോവന സദൃശമായ തന്റെ
ആശ്രമത്തിലേക്ക് ഒറ്റയ്ക്കാണവൾ കടന്നു വന്നത്.
സാല്വരാജനിൽ നിന്നുള്ള അവളുടെ തിരസ്കരണം
നേരത്തേ അറിഞ്ഞിരുന്നതുകൊണ്ട്
അമ്പരപ്പോടെയാണവളെ എതിരേറ്റത്.
സ്വയംവരപ്പന്തലിൽ നിന്നവളെ
പിടിച്ചിറക്കിക്കൊണ്ടുപോവുമ്പോൾ
ഒട്ടും പ്രതീക്ഷിക്കാതെയിരുന്ന ഒരു വിപര്യയം.
ജഗദീശ്വരാ, എന്നേയും നിസ്വയായ
ഈ പെൺകുട്ടിയേയും ചേർത്ത്

എന്തൊക്കെ നാടകങ്ങളാണ്
ഇനി നീ ഒരുക്കാൻ പോവുന്നത്
എന്നാണ് അറിയാതെ
മനസ്സ് മന്ത്രിച്ചത്.

പത്ത്

മനുഷ്യഹൃദയങ്ങളെ തമ്മിൽ അടുപ്പിക്കുന്നതെന്താണ്?
വർണ്ണം?
സംസ്കാരം?
സൗന്ദര്യം?
ഒരു നിമിഷം അത്ഭുതപ്പെട്ടു നിന്നില്ലെന്നു പറഞ്ഞു കൂട.
ചൂഡാമണി
തോട
ആഭരണങ്ങൾ
വർണ്ണനിചോളങ്ങൾ
ലേപനങ്ങളില്ലാതെ ജ്വലിക്കുന്ന മുഖകാന്തി
പ്രിയേ, എന്ന് മനസ്സമന്ത്രിച്ചതിനെ
ആയാസപ്പെട്ടാണു നിയന്ത്രിച്ചത്

പതിനൊന്ന്

പാദങ്ങൾ ശ്രദ്ധാപൂർവ്വം അടുക്കി വച്ച്
പടിക്കെട്ടുകൾ മെല്ലെ കയറി,
ഉൽക്കടവിക്ഷോഭങ്ങൾ ഉള്ളിലുള്ളപ്പോഴും
ഒന്നും പുറത്തു കാണിക്കാതെ.

പന്ത്രണ്ട്

ഇരിക്കാൻ പറഞ്ഞുവെങ്കിലും
അവൾ ഇരുന്നില്ല
മുഖത്തിന്റെ ശാന്തത കൈവിടാതിരിക്കാൻ
ശ്രമിക്കുകയായിരുന്നു അവൾ,
തന്റെ പ്രശ്നം എത്ര വലുതാണെങ്കിലും
പ്രഭാവമാർന്ന ഒരു ക്ഷാത്രതേജസ്സിനു
മുൻപിലാണ് താൻ നില്ക്കുന്നതെന്ന ആദരവോടെ
എങ്കിലും ഒരിക്കലുമവൾ

മുഖമുയർത്തി നോക്കിയില്ല.
ആനുഭവിക്കുന്ന വേദനയുടെ ആഴം
പുറത്തു കാണിച്ചതുമില്ല.

പതിമൂന്ന്

മഹാമതേ!
എന്താണ് ഞാനിനി ചെയ്യേണ്ടത് ?
സ്വയംവര പ്പന്തലിലേക്ക്
പിതാവിനോടൊത്തു കാലെടുത്തുവച്ച ശേഷം
ഭർത്തൃസഹിതയായല്ലാതെ,
ഒരു കുലസ്ത്രീക്ക്
മാതൃസവിധത്തിലേക്ക് മടങ്ങിപ്പോവാൻ പാടുണ്ടോ?
കാശീ രാജ്യത്തിലേക്ക് എനിക്കിനി മടക്കമില്ല.
അങ്ങയിൽ മനസ്സർപ്പിച്ചു കഴിഞ്ഞിരിക്കുന്നുഞാൻ.
ക്ഷാത്രതേജസ്വിയും വീരനും
മഹായശസ്വിയുമായ
അങ്ങയിൽ.

സ്ത്രീ

പതിനാല്

സത്യം...
യൗവനയുക്തയായ ആ കന്യകയുടെ വാക്കുകൾ
മനസ്സിന്റെ ദൃഢ തലങ്ങളിൽപ്പോലും
എന്തൊക്കെ കോളിളക്കങ്ങൾ
ആണ് അന്നു സൃഷ്ടിച്ചത്,
മഹാസുന്ദരി
കന്യക
യൗവനയുക്ത
സ്ഫടികതുല്യശരീരം
സ്ഫടികതുല്യമുഖം
സ്ഫടിക തേജസ്സ്.

പതിനഞ്ച്

താരക നേത്രങ്ങൾ
താരക സൗന്ദര്യം
താരക രൂപം
താരക രൂപിണി.

പതിനാറ്

പുരുഷൻ ഭൂമിയിൽ ജനിക്കുന്നതെന്തിന്
എന്ന മഹാപ്രശ്നത്തിലേക്കു തന്നെയാണ്
ആ കോമളരൂപം അന്നു തന്നെയെത്തിച്ചത്.
എന്തിനാണത്?
യുദ്ധങ്ങൾ ജയിക്കാൻ?
ധനാർജ്ജനത്തിന്?
യശ്ശസ്സു നേടാൻ?
ശാസ്ത്രപാരംഗതനോ
കലാകാരനോ
മഹാതപസ്വിയോ ആയി അറിയാപ്പെടാൻ?
ധർമ്മാർത്ഥ കാമമോക്ഷങ്ങൾക്കായി
എന്നാണു പൊതുതത്ത്വം
അതൊരു സാമാന്യ തത്ത്വം തന്നെ.
ധർമ്മാർത്ഥ കാമങ്ങൾ നേടി തൃപ്തനായി അഥവാ

Ramachandran

ഇവയുടെ അർത്ഥരാഹിത്യമറിഞ്ഞ്
വിരാഗിയായി പൂർണ്ണസ്വതന്ത്രനാവാൻ
ധർമ്മാർത്ഥകാമങ്ങളുടെ പൂർണ്ണതൃപ്തി
മനുഷ്യന് അസാധ്യമായതു കൊണ്ട്
അവയുടെ അർത്ഥരാഹിത്യമറിഞ്ഞ്
വിരാഗിയാവുക.

പതിനേഴ്

തീർച്ചയായും
പറയാനെളുപ്പവും
പ്രാപ്തമാക്കാൻ
കഠിനവുമെങ്കിലും
പുരുഷന്റെ
ജീവിത വിജയത്തിന്റെ
സൂക്ഷ്മതത്ത്വമിതു തന്നെയാണെന്നുവരാം.
എന്നാൽ സ്വാതന്ത്ര്യത്തിലേക്കുള്ള
അവന്റെ യാത്രയിൽ
ധർമ്മാർത്ഥ കാമങ്ങൾ
ഉയർത്തുന്ന വെല്ലുവിളികളുടെ
രൂപാന്തരങ്ങളെ
എത്ര നിർദ്ധാരണം
ചെയ്താലാണു പൂർണ്ണമായും
തെളിയിച്ചെടുക്കാനാവുക?
ധർമ്മം അഥവാ കടമകൾ
അർത്ഥം അഥവാ സമ്പത്തിന്റേയും
അധികാരത്തിന്റേയും
ലോകങ്ങളിലെ
അവന്റെ വ്യാപരണങ്ങൾ
കാമം അഥവാ
സ്ത്രീയോടുള്ള അവന്റെ ഇഷ്ടം.

പതിനെട്ട്

വിചിത്രവീര്യനു വേണ്ടിയുള്ള
കന്യകാഹരണം

കടമയായിരുന്നു.
വംശസ്ഥാപനം.
സന്തതിപരമ്പരകൾ
സത്യവതീമാതാവിനോടുള്ള
ശപഥങ്ങൾ.

പത്തൊൻപത്

പൗണ്ഡ്രകൻ, മാഗധി, വേശാലൻ
കന്യകാ മോഹികൾക്കൊന്നും
നേരിട്ടെതിർക്കാൻ
ധൈര്യമുണ്ടായിരുന്നില്ല.
പുറകിലൂടെ ആക്രമിക്കാൻ ശ്രമിച്ച
സാല്വനെ നിഷ്പ്രയാസം
തിരിച്ചോടിക്കുകയും ചെയ്തു.

ഇരുപത്

മഹീപാലകരേ,
കന്യകമാരെ ഞാൻ കൊണ്ടുപോവുകയാണ്.
ഹസ്തിനപുരിയിലേക്ക്.
രാജ്യാഭിവൃദ്ധിയും വംശശ്രേയസ്സും
മാത്രം ലക്ഷ്യം
സ്ത്രീകളുടെ സമ്മതമാവശ്യമില്ല.
വംശശ്രേയസ്സുതന്നെയാണ്
സ്ത്രീകളുടേയും ശ്രേയസ്സ്.

ഇരുപത്തൊന്ന്

രഥയാത്ര!
സമ്മിശ്ര വികാരങ്ങൾ
കന്യകമാരുടെ സമ്മതമാവശ്യമായിരുന്നുവോ?
സാല്വൻ എന്തുകൊണ്ടാണിത്രയും
കോപിഷ്ഠനായത്?
അംബ എന്തിനു വേണ്ടി യാണയാളുടെ
ജീവനു വേണ്ടി യാചിച്ചത്?

യാത്ര

ഇരുപത്തിരണ്ട്

മാത്സ്യം
നിഷാദം
ഹോത്രവക്ത്രം
ഗ്രാമവീഥികളേയും
നഗരമധ്യങ്ങളേയും താണ്ടി
തേരു സഞ്ചരിച്ചു
യാത്രയിലുടനീളം
കന്യകമാർ നിശബ്ദതപാലിച്ചു.

ഇരുപത്തിമൂന്ന്

മധ്യാഹ്നമായപ്പോൾ
വെളുത്ത മണലും
നോക്കെത്താദൂരത്തോളം
കാലികൾ മേയുന്ന സമതലങ്ങളുമുള്ള
മരാള ശീർഷത്തിലെത്തി.
ഹസ്തിനപുരിക്കു കപ്പം നല്കുന്ന
തുംഗസേനന്റെ രാജ്യം,
തേരുകണ്ടു കൗതുകം പൂണ്ടുവന്ന
ഗ്രാമവാസികളോടു കുശലം പറഞ്ഞു.

ഇരുപത്തിനാല്

തേരിലുണ്ടായിരുന്ന
അജമാംസവും
ചോളപ്പലഹാരങ്ങളും
കന്യകമാർക്കു വീതിച്ചു നല്കി.
തേനും തെളിനീരും
ക്ഷുദാർത്തിക്കു ശമനം.

ഇരുപത്തി അഞ്ച്

യാത്ര തുടർന്നു
എല്ലാവരും അവരവരുടെ ലോകങ്ങളിൽ
ബലാല്ക്കാരേണയുള്ള ഹരണം.
അതും മറ്റൊരാൾക്കുവേണ്ടി

Ramachandran

കന്യകമാർ എന്താവാം കരുതിയിട്ടുണ്ടാവുക?
സ്ത്രീകളുടെ മനസ്സാരാണറിയുന്നത്?
അതും ബ്രഹ്മചാരിയായ ഒരാൾ ?

ഇരുപത്താറ്

ഭീഷ്മർ ബ്രഹ്മചാരിയാണെന്നും
ഇളയമ്മ സത്യവതീ ദേവിയുടെ മകനുവേണ്ടിയാണു
സ്വയം വരത്തിനു വന്നതെന്നും
എല്ലാവരും അടക്കം പറഞ്ഞിരുന്നു.
ആരേയും ഗൗനിക്കുന്നതായി തോന്നിയില്ല ....
ആർക്കും അടുക്കാനുള്ള ധൈര്യമുണ്ടായതുമില്ല....
ഇച്ഛാശക്തിയുടെ അധൃഷ്യത...
തന്റെ കയ്യിലാണു പിടിച്ചത്....
ബലമായി...
കൈ ഞെരിഞ്ഞുപോകുമോ എന്നു സംശയിച്ചു.
അംബികയുടേയും അംബാലികയുടേയും
നേർക്കതു വേണ്ടി വന്നില്ല...
അവർ അനുസരിച്ചു പോവുകയായിരുന്നു.
അറിയാതെ തേരിൽ കയറിയിരുന്നു.
തേർ മുമ്പോട്ടു കുതിച്ചു.

ഇരുപത്തേഴ്

അംബ...
ഇവളുടെ നേർക്കാണു
ബലം പ്രയോഗിക്കേണ്ടിവന്നത്.
എതിർത്തു നോക്കുകയായിരുന്നു...
പക്ഷേ ഇരുമ്പാണെന്നറിഞ്ഞപ്പോൾ പത്തി താഴ്ത്തി...
കരുത്തിന്റെ മാത്രാ ഭേദങ്ങൾ
സ്ത്രീകൾ പെട്ടെന്നു തിരിച്ചറിയുന്നു..
പിന്നീടെതിർത്തില്ല....
മുഖമുയർത്തി നോക്കിയതുമില്ല...
അധോമുഖിയായി ത്തന്നെയിരുന്നു...
ഇപ്പോഴും അങ്ങനെ തന്നെയിരിക്കുന്നു...

യാത്രകൾ

യാത്രകളിലൂടെയാണ്
അവരുടെ ജീവിതം മുമ്പോട്ടു പോയത്.
സത്യവ്രതനായ ഭീഷ്മരുടേയും
സുവർണ്ണവപുഷിയായ അംബയുടേയും
കാലങ്ങളേയും കാതങ്ങളേയും
മാത്രമല്ല
ഉറച്ചധാരണകളെപ്പോലും
കീഴ്മേൽ മറിക്കുന്ന
പരസഹസ്രം ജീവിതാനുഭവങ്ങളേയും
യാത്രകളിലൂടെ
അവർഎണ്ണിപ്പിന്നിട്ടു.

ഇരുപത്തെട്ട്

പ്രിയേ! കാശീരാജസുതേ,
നിസ്സഹായനാണു ഞാൻ
രാജ്യഭാരം കൈയേൽക്കില്ലെന്നും
വിചിത്ര വീര്യന് രാജ്യം പ്രാപ്തമാവാൻ വേണ്ടി
ആ ജന്മം ബ്രഹ്മചാരിയായിക്കഴിയാമെന്നും
സത്യവതീ മാതാവിനോടു
ശപഥം ചെയ്തു പോയിരിക്കുന്നു.
പുരുഷൻ
വാക്കുകളിൽ ഉറച്ചുനില്ക്കേണ്ടിയിരിക്കുന്നവല്ലോ
ക്ഷാത്രകർമ്മിണികൾപോലും
വാക്കുകളിൽ നിന്നു
പിൻമാറാൻ തുടങ്ങിയാൽ
രാജ്യത്തെ നീതി വ്യവസ്ഥയും
സജ്ജന പരിപാലനവും
സാധ്യമാവുന്ന തെങ്ങിനെയാണു
പ്രിയേ?

ഇരുപത്തൊമ്പത്

കാലത്തിലൂടെ
മുൻപിലേക്കും പുറകിലേക്കും
പാർശ്വങ്ങളിലേക്ക്

കോണുകളിലേക്ക്
വൃത്തപരിക്രമങ്ങളെകടന്ന്
കേന്ദ്രബിന്ദുക്കളിൽ തറച്ചും
തിരികെ
ഉറവിടങ്ങളിലെത്തി
സമാധിയായും.

മുപ്പത്

പുരുഷൻ
വാക്കുകളിലുറച്ച നില്ക്കേണ്ടിയിരിക്കുന്നു.
പ്രത്യേകിച്ചും ക്ഷാത്രകർമ്മിണികൾ
ക്ഷാത്രകർമ്മിണികൾ പോലും
വാക്കുകളിൽ നിന്നു
പിൻമാറാൻ തുടങ്ങിയാൽ....

മുപ്പത്തൊന്ന്

നിഷ്ഠൂരഭാഷണം.
ശിലാ ബ്രഹ്മത്തിന്റെ ഋഗ്വേദം
പുറപ്പെട്ടതു മനുഷ്യനിൽ നിന്നോ
അതോ അചരബ്രഹ്മത്തിൽ നിന്നോ?
തീയുണ്ടായിരുന്നില്ല.
എങ്കിലും ഹൃദയ രേണുക്കളുടെ
സ്ഫോടന മറിഞ്ഞു.
പുകയുണ്ടായിരുന്നില്ല;
എങ്കിലും അഗ്നി പർവ്വത
സാന്നിധ്യമറിഞ്ഞു.

മുപ്പത്തിരണ്ട്

മഹാമുനേ,
മാനസേശ്വരാ,
തല്ക്കാലം ഇവൾ നിശബ്ദയാവുകയാണ്.
പുരുഷന്റെ അചല ഭാഷണങ്ങൾക്കു മുന്നിൽ
മുറിവേറ്റവളെങ്കിലും അബലയായ
അംബയ്ക്കെന്തു ചെയ്യാൻ കഴിയും?

എന്നാൽ മഹാമതേ,
എനിക്കറിയാം
നിനക്കറിയാവുന്നതുപോലെ
നിർഭാഗ്യവതിയായ ഈ കാശീരാജസുതയുടെ
വിചിത്രമായ വിധികളെക്കുറിച്ചുള്ള
സംശയങ്ങളിൽ നിന്ന്
ഭീഷ്മപ്രജ്ഞനെങ്കിലും
നിർദ്ദയചിത്തനല്ലാത്ത
നിനക്ക് ഒളിച്ചോടാനാവില്ലെന്ന്.
ദേവാംഗനെങ്കിലും
മനുഷ്യനായ നിനക്ക്.

മുപ്പത്തിമൂന്ന്

മഹാമതേ,
ബ്രഹ്മചര്യനിഷ്ഠനെങ്കിൽ പ്പിന്നെ
രാജകന്യകമാരുടെ
സ്വയംവര മണ്ഡപത്തിൽ
നീ കടന്നു വന്നതെന്തിന്?
ഭാരത ഖണ്ഡത്തിലെ
വിവാഹകർമ്മത്തിന്റെ മുഖ്യാചാരം
പാണിഗ്രഹണമാണെന്നിരിക്കെ,
പരസ്ത്രീയുടെ ഹസ്താംഗുലികൾ
നീ അനുവാദമില്ലാതെ
കവർന്ന തെന്തിന്?
ബന്ധുജനത്തിനുവേണ്ടിയെങ്കിലും
ഒരു സ്ത്രീയെ
തനിക്കുവേണ്ടിയല്ലാതെ
പാണിഗ്രഹണം ചെയ്ത്
സ്വയംവര കർമ്മത്തിലേർപ്പെടുന്നതിന്റെ
വ്യവസ്ഥയെന്താണ്?
സർവ്വോപരി,
നിന്റെ പ്രവൃത്തിമൂലം
അനാഥയായിത്തീർന്ന ഒരു പെൺകുട്ടിയുടെ
കണ്ണുനീരിനു നേരേ മുഖം തിരിക്കാൻ
ക്ഷാത്രവംശജനായ നിനക്ക്

എന്തധികാരമാണുള്ളത്
മഹാത്മൻ?

മുപ്പത്തിനാല്

(മഹാമതേ,
ഇനിയും
നിശബ്ദതയിലൂടെമാത്രം
വിനിമയം ചെയ്യാവുന്ന
ഒരു സംശയം കൂടി)
നിന്റെ അഭൗമമായ മുഖ തേജസ്സ്....

അചഞ്ചലമായ മനഃസ്ഥൈര്യം...
ദ്രഷ്ടാവിനെ ഹരം കൊള്ളിക്കുന്ന
നിന്റെ ക്ഷാത്രവീര്യം....
മഹാമതേ...
മഹാമതേ...
മഹാ...

പരശുരാമനുമായുള്ള യുദ്ധം

മുപ്പത്തി അഞ്ച്

പരശ്ശുരാമനുമായുള്ള യുദ്ധം
ഇരുപത്തി മൂന്നുദിവസം
നീണ്ടു നിന്നു.
അംബയുടെ മാതുലൻ
ഹോത്രവാഹനനും
സുഹൃത്ത് അകൃത വ്രണനും
പരശ്ശു രാമനു കൂട്ടുനിന്നു.
ഭീഷ്മർ ഒറ്റയ്ക്കായിരുന്നു.
കളത്തിന്റെ ഉത്തരകോണിലുള്ള
ഒരു അരളിച്ചുവട്ടിൽനിന്ന്
അംബ ആ പോരുകണ്ടു.

മുപ്പത്താറ്

കന്യകയോടു ചെയ്ത പാതകം
അവനെ നിഷ്പ്രയാസം
വീഴ്ത്തുമെന്നാണു കരുതിയത്.
കളത്തിനരികിൽ
തന്നെ കണ്ടതോടെ
അവൻ ചെറുതായെന്നു പതറുകയും
ഒരു നിമിഷം അവൻ
ചിന്താധീനനായി നിലയുറപ്പിക്കുകയും ചെയ്തു.

മുപ്പത്തേഴ്

എന്നാൽ
ധ്യാനം നാഴികകളോളം നീണ്ടതും
അവന്റെ മുഖത്തു നിന്നും
വിയർപ്പുകണങ്ങൾ
ചാലുകളായി ഒഴുകിയതും
അമ്പരപ്പുളവാക്കി.

മുപ്പത്തെട്ട്

എന്താണവന്റെ ഉള്ളിൽ?
എന്താണ പുരുഷന്മാരുടെ യൊക്കെ
ഉള്ളിൽ?
ആരാണവരുടെ ശത്രുക്കൾ?
ആരാണവരുടെ ഭവിഷ്യത്തുകളുടെയൊക്കെ
വിധാതാവ്?
ആരാണവരുടെ മിത്രങ്ങൾ?

മുപ്പത്തൊമ്പത്

ആരോടാണവർ യുദ്ധം ചെയ്യുന്നത്?
എന്താണവരുടെ ഉന്നം?
അദൃശ്യമായഎന്തുപലബ്ധിക്ക
വേണ്ടിയാണവർ
ദൃശ്യപ്രപഞ്ചത്തിന്റെ സുഖങ്ങൾ
വേണ്ടെന്ന വയ്ക്കുന്നത്?
അപ്രാപ്യമായ എന്തു
നേട്ടങ്ങൾക്ക വേണ്ടിയാണവർ
പ്രാപ്യജഗത്തിനെ
തിരസ്കരിക്കുന്നത്?

ഗുരു ശിഷ്യ സംവാദം

നാല്പത്

ഗുരോ! ഭൃഗുരാമ!
വ്യർത്ഥമാണു നിന്റെ ശ്രമങ്ങൾ!
നിന്നിൽ നിന്നു ലബ്ധമല്ലാത്ത വിദ്യകളൊന്നും
എന്റെ പക്കലില്ല.
എന്നാൽ നിനക്കറിയാം,
വാക്കിന്റെ സത്യമെൻ പ്രാണ ശീർഷമെന്ന്
നിനക്കതു ഛേദിക്കാം.
ആവുമെങ്കിൽ

നാല്പത്തൊന്ന്

ഗുരോ!
വായുവിൽ വെറുതേ അലിഞ്ഞു തീരുന്നതിനു വേണ്ടിയാണോ
ക്ഷാത്ര കർമ്മിണികൾ വാക്കുകൾ ഉരുവിടുന്നത്?
നിർലക്ഷ്യമായി അലഞ്ഞു തിരിയുന്നതിനുവേണ്ടിയാണോ
ബ്രഹ്മജ്ഞർ സന്തത്യുല്പാദനം നടത്തുന്നത്?

ഗുരോ!
അർദ്ധ സഹോദരനു രാജ്യം
ലബ്ധമാവാൻ വേണ്ടി
സിംഹാസനാരൂഢനാവില്ലെന്നും
പുത്രന്മാർ അവകാശവാദം
ഉന്നയിക്കുന്നതു തടയാൻ
വിവാഹ ബന്ധത്തിലേർപ്പെടില്ലെന്നുമാണെന്റെ ശപഥങ്ങൾ.
നിനക്കറിയാമത്.
ഗുരോ! ഞാൻ ത്യജിച്ചിതെന്താണെന്നു
നിനക്കറിയാം.
സ്വീകരിച്ചതും.
ഇനിയും പോരിനാണു നിന്റെ ഭാവമെങ്കിൽ
എനിക്കു വൈമനസ്യമില്ല.
വചോബലം കൊണ്ടെന്ന പോലെ
കായബലം കൊണ്ടും
സത്യത്തെ നിർണ്ണയിക്കാമെന്നത്
ഭാരതഭൂമിയിലെ
വ്യവസ്ഥതന്നെ.

നാല്പത്തിരണ്ട്

അതേ ഭീഷ്മരേ, അതേ!
കായബലവും സാധുതന്നെയാണ്.
പ്രത്യേകിച്ചും
നിന്റെ കയ്യിലുള്ളതു കൊണ്ടുമാത്രം
നീ അളക്കാൻ ശ്രമിക്കുമ്പോൾ,
നിനക്കു സത്യത്തിലുറച്ചുനില്ക്കാം,
അതിന്റെ പാലനം കൊണ്ട്
നിന്റെ ആത്മപ്രഭയേറ്റുകയുമാവാം.
എന്നാൽ നിന്റെ അതിക്രമം കൊണ്ടുമാത്രം
നിരാലംബയായിത്തീർന്ന ഒരു സ്ത്രീ
അവളുടെ ജീവിതം
അതേ ഭീഷ്മരേ, അതേ!
കായബലവും സാധുതന്നെയാണ്
അതല്ലാതെ മറ്റൊരു മാർഗ്ഗവുമില്ലെന്നു വരുമ്പോൾ
ഗുരുശിഷ്യന്മാർ എന്നതു തടസ്സമല്ല.
നീ പറയുന്നതുപോലെ
സത്യപാലനം തന്നെയാണല്ലോ പ്രധാനം.
കായബലമെങ്കിൽ കായബലം
ഒരുങ്ങിക്കൊള്ളൂ നീയ്.

നാല്പത്തിമൂന്ന്

നന്നായി സംവിധാനം ചെയ്യപ്പെട്ട
ഒരു നാടകം കൃത്യമായി
അനാച്ഛാദനം ചെയ്യപ്പെടുന്നു
എന്നതോന്നലാണ് യുദ്ധമുളവാക്കിയത്.
തെല്ലും വിട്ടുവീഴ്ചയുണ്ടായിരുന്നില്ല
ഇരുവർക്കും
കളത്തിന്റെ മധ്യത്ത്
സൂര്യനഭിമുഖമായി ഭീഷ്മർ
കിരീടമുനയിൽ സൂര്യനെചാലിച്ച്
പരശുരാമനും

നാല്പത്തിനാല്

അമ്പെയ്ത്തും
ഗദായുദ്ധവും
ദ്വന്ദ്വയുദ്ധവും
മാറി മാറി
ചിലപ്പോൾ ഭീഷ്മർ തളർന്നു.
ചിലപ്പോൾ പരശുരാമനും
ചിലപ്പോൾ പരശുരാമൻ മുന്നേറി
ചിലപ്പോൾ ഭീഷ്മരും
ചിലപ്പോൾ ഭീഷ്മർ വീണു
ചിലപ്പോൾ പരശുരാമനും.

നാല്പത്തഞ്ച്

ഇരുപത്തി മൂന്നു ദിവസം
രാപ്പകലുകളില്ലാതെ
ഇടവേളകളില്ലാതെ
ഇടതടവുകളില്ലാതെ
ഊണും ഉറക്കവുമില്ലാതെ
ഉണർവ്വും വിശ്രാന്തിയുമില്ലാതെ
ഉഷസ്സും സന്ധ്യയുമില്ലാതെ
ഉർവ്വിയും ആകാശവുമില്ലാതെ

നാല്പത്താറ്

ഏത് ആക്രമണത്തിനും
പ്രത്യാക്രമണങ്ങൾ
ഏതു തന്ത്രത്തിനും
പ്രതിതന്ത്രങ്ങൾ
ഏതു ശസ്ത്രത്തിനും
പ്രതിശസ്ത്രങ്ങൾ
രാപ്പകലുകളില്ലാതെ
ഇടവേളകളില്ലാതെ
ഇടതടവുകളില്ലാതെ

നാല്പത്തേഴ്

ഒടുവിൽ
ബോധ്യമാവുകയായിരുന്നു.
ഈയുദ്ധത്തിൽ ആർക്കും ജയമില്ല
തോൽവിയും
ഗുരുവെന്നനിലയിലും
സ്ത്രീയുടെ മാനത്തിനുവേണ്ടിയും
പരശുരാമനുണ്ടാവുമെന്നു കരുതിയ
മേൽക്കൈ
ഭീഷ്മരുടെ ഇച്ഛാശക്തിയുടെ മുന്നിൽ
തകർന്നു വീഴുകയായിരുന്നു.

നാല്പത്തെട്ട്

ആലിംഗനം ചെയ്താണവർ
പിരിഞ്ഞത്
ശിഷ്യൻ ഗുരുവിന്റെ
കാൽതൊട്ടുവന്ദിച്ചു.
ഗുരു ശിഷ്യന്റെ
ശിരസ്സിൽ കൈവച്ചനുഗ്രഹിച്ചു.

നാല്പത്തൊമ്പത്

വീണ്ടും
അതേ ചോദ്യം
സ്ത്രീയുടെ നേർക്കുള്ള
അവഹേളനങ്ങൾക്കവസാനമില്ലേ?
ആരാണു ഭീഷ്മർ?
എന്താണയാളുടെ ഉന്നം?
എന്താണയാളുടെ സത്യം?

ഗുപ്തജീവിതം

അൻപത്

യാതനകളുടെ കാലം
തുടങ്ങുകയായിരുന്നു.
നിരാലംബയായിക്കഴിഞ്ഞു.
പോകാനിടമില്ല.
കാശിയിലേക്കോ പിതൃസവിധത്തിലേക്കോ
ഇനി മടങ്ങാനാവില്ല
പ്രാർത്ഥനാഗേഹങ്ങളിൽ ധ്യാനിച്ചും
കേളീ ഗൃഹങ്ങളിൽ കളിച്ചും
പൂക്കളോടും ലതകളോടും
സല്ലപിച്ചും വളർന്ന
ജീവിതത്തിന്റെ വസന്ത കാലത്തിനു
തിരശ്ശീല വീണിരിക്കുന്നു
ഒരു കാലം അവസാനിച്ചു.
ബന്ധുക്കളും ചിരപരിചിതരായ മനുഷ്യരും
സുഹൃത്തുക്കളുമൊക്കെ
അപരിചിതരായി തോന്നാൻ
തുടങ്ങുകയും
തികച്ചും ദുർഗ്ഗമമായ ഒരു വനപാതയിലൂടെ
ഒറ്റയ്ക്കു നടക്കേണ്ടി വരുകയും ചെയ്യുന്ന
അനുഭവം.

അൻപത്തിരണ്ട്

എങ്ങോട്ടുപോകും?
എന്തു ഭക്ഷണം കഴിക്കും?
ഏതു തണലിൽ അന്തിയുറങ്ങും?

അൻപത്തി മൂന്ന്

ആഹ്ലാദങ്ങളുടേയും
പൊട്ടിച്ചിരികളുടേയും
നിറമുള്ള സ്വപ്നങ്ങളുടേയും
സ്ഥാനത്ത്
അതിജീവനത്തിനായി
സ്വയം പൊരുതിനില്ക്കേണ്ട
അവസ്ഥ

അൻപത്തി നാല്

രാജകുമാരിയുടെ വേഷങ്ങളാണ്
ഏറ്റവും ദുഃസഹമായി ത്തോന്നിയത്
ഉടയാടകൾ ഗോപ്യമായി
പരിഹസിക്കുന്ന പരിചാരകന്മാരെപ്പോലെ
ആഭരണങ്ങൾ മേനിപൊള്ളിക്കുന്ന
ലോഹക്കുട്ടുകൾപോലെ

അൻപത്തി അഞ്ച്

ജീവിതത്തിന്റെ ഒരുഘട്ടത്തിൽ
പ്രിയതരമായി തോന്നിയതൊക്കെയും
കാലത്തിന്റെ ഒരു തിരിവിൽ
സാഹചര്യങ്ങളുടെ ഒരു ഭ്രമണത്തിൽ
വേദനകൾ മാത്രം തരുന്ന
അസംബന്ധങ്ങൾ ആയി മാറുന്നു.

അൻപത്തി ആറ്

വേഷങ്ങൾ അഴിച്ചുവയ്ക്കാൻ തന്നെയാണ്
ആദ്യം തീരുമാനിച്ചത്
സുമന്ത്രയേയും മേദിനിയേയും
അമ്മയുടെ അടുത്തേയ്ക്കു തിരിച്ചയ്ക്കണം
ആഡംബരവേഷങ്ങളിൽ നിന്ന്
ഭിക്ഷാം ദേഹിയുടെ ജീവിതത്തിലേക്ക്.
എന്തും ഭക്ഷിക്കാൻ കഴിയണം
എവിടേയും ഉറങ്ങാനും
ഒന്നും എളുപ്പമല്ല
എങ്കിലും മാറിയേ തീരൂ
അല്ലെങ്കിൽ നിലനില്പില്ല.

അൻപത്തി ഏഴ്

സുമന്ത്രയും മേദിനിയും
തയ്യാറായില്ല
എങ്കിലും അനുവദിച്ചില്ല
മാറുന്നകാലങ്ങളിൽ

മാറുന്ന ജീവിതം
രാജകുമാരിക്കായാലും
സാധാരണക്കാർക്കായാലും
അതവരെ ബോധ്യപ്പെടുത്തി.

അൻപത്തി എട്ട്

ശൈഖാവതി മുനിയുടെ
ആശ്രമത്തിൽച്ചെന്ന്
അദ്ദേഹത്തിന്റെ രണ്ടു
ശിഷ്യന്മാരോടൊപ്പം
സുമന്ത്രയേയും മേദിനിയേയും
തിരിച്ചയച്ചു
വേണമെങ്കിൽ ആശ്രമത്തിൽ
തുടരാമെന്ന് മുനി പറഞ്ഞു
ആവാമെന്നു പറഞ്ഞില്ല
ആവില്ലെന്നും.

അൻപത്തൊമ്പത്

മഹിഷ്മതിയിൽ നിന്നു വന്ന
ഭിക്ഷുക ദമ്പതിമാരുമായുണ്ടായ
പരിചയം തല്ക്കാലം
ചെറിയൊരു പിടി വള്ളിയായി
ചേദിയിലേക്കുള്ള യാത്രയ്ക്കിടയിൽ
ശൈഖാവത്യാശ്രമത്തിൽ
എത്തിയതായിരുന്നു അവർ
പൃഥാശ്വനും കമനിയും
ഭിക്ഷുകരെങ്കിലും തേജസ്വികൾ
ഒരുപാടുയാത്രചെയ്തുണ്ടായ കരളുറപ്പും
അനുഭവസമ്പത്തും

അറുപത്

ലോഹപ്പണിക്കാരായിരുന്നുവെങ്കിലും
അവർ യാത്രയുടെ വഴി തിരഞ്ഞെടുക്കുക
യായിരുന്നു.

പൃഥാശ്വരന്റെ ഇഷ്ടത്തോട്
കമനിയും അലിഞ്ഞു ചേർന്നു
മഹിഷ്മതിയിൽ നിന്ന്
കുന്തിയും ആവന്തിയും
കടന്നാണവർ വത്സരാജ്യത്തെത്തിയത്
ഏഴുദിനരാത്രങ്ങൾ അവർ
ശൈഖാവത്യാ ശ്രമത്തിൽ
താമസിച്ചു.

അറുപത്തി ഒന്ന്

യാത്രകളായിരുന്നു
അവരുടെ മനസ്സിലേറെയും
ചെയ്തു കഴിഞ്ഞവയും
ഇനി ചെയ്യാനിരിക്കുന്നവയും

അറുപത്തിരണ്ട്

ഗ്രാമസന്ധ്യകൾ
നഗര മധ്യാഹ്നങ്ങൾ
പർവ്വതമേൽപ്പുറങ്ങൾ
രാത്രികൾ
പകലുകൾ
പ്രകാലങ്ങൾ

അറുപത്തി മൂന്ന്

നൈമിശാരണ്യത്തിലെ
ഒരു രാത്രിയിൽ
ഒരു പാറപ്പുറത്തു കിടന്നുറങ്ങുമ്പോൾ
കൗതുകപൂർവ്വം അടുത്തുവന്ന്
ഘ്രാണിച്ചുപോയ വ്യാഘ്രദമ്പതികളെക്കുറിച്ച്
വാത്സല്യപൂർവ്വം പൃഥാശ്വൻ വിവരിച്ചു
മിത്രത്വം ഉറപ്പുവന്ന അവർ
തങ്ങളുടെ നിദ്രയ്ക്ക് അലോസരമുണ്ടാക്കാതെ
ശിലാതല്പത്തിന്റെ മറ്റേ അറ്റത്തു
പോയിക്കിടന്നാണ് നിദ്രയെ പൂകിയത്.

അറുപത്തിനാല്

മൃഗരാജനും വ്യാഘ്രവുമൊക്കെ
ഉൾക്കൊള്ളുന്ന
മാർജ്ജാരവീരന്മാരെ ഇണക്കാൻ
പ്രത്യേക കൗശലമൊന്നും വേണ്ട
മിത്രത്വം അവർക്കുറപ്പു വന്നാൽ മതി.
പുല്ലും പൂവും പുതിനയുമൊക്കെപ്പോലെ
പ്രകൃതിയിലെ ഒരംഗം
മാത്രമെന്നത്
പൃഥാശ്വന്റെ നിരീക്ഷണത്തോട്
കമനിയും തലകുലുക്കിയോജിച്ചു.

അറുപത്തഞ്ച്

മകളേ, അംബ!
നിന്റെ ജീവിതത്തിലെ തിരിവുകൾ
നിശ്ചയിക്കേണ്ടതു
നീ തന്നെയാണ്
ഭീഷ്മർ മഹാനാണെന്നാണ
പറഞ്ഞുകേൾക്കുന്നത്
ജീവിച്ചിരിക്കുന്ന മറ്റാരെക്കാളും
അകളങ്കനും
ദൃഢനിശ്ചയങ്ങളുള്ളവനും.
സത്യവ്രതൻ.

അറുപത്താറ്

നിനക്കറിയാമല്ലോ കുട്ടീ
സത്യത്തേക്കാൾ വലിയൊരു
ദൈവവുമില്ലെന്ന്
സത്യപാലനത്തേക്കാൾ
വലിയൊരു ദൈവപൂജയും
അയാൾ ചെയ്തു കൊണ്ടിരിക്കുന്നതതാണ്.
വംശസ്ഥാപനവും
കുലരക്ഷയുമൊക്കെ അയാളുടെ
ഉദ്ദേശ്യങ്ങളാണെന്നുവരാം.

എന്നാൽ സത്യം
അയാളുടെ സ്വഭാവമാണ്.

അറുപത്തേഴ്

മകളേ, ചില മനുഷ്യർ
അങ്ങിനെയാണ്
ഭൂമിയിൽ പിറന്നു മരിക്കുന്ന
മനുഷ്യരിൽ അപൂർവ്വം ചിലർ.
സത്യമാണവരുടെ ദൈവം
ഉരുവിട്ട വാക്കുകളാണവരുടെ
പ്രാണൻ
പ്രാണൻ വെടിയും വരെ
പറഞ്ഞവാക്കുകളിൽ
നിന്നവർ വ്യതിചലിക്കില്ല
ചില മനുഷ്യർ.
ഭൂമിയിൽ പിറന്നു മരിക്കുന്ന മനുഷ്യരിൽ
അപൂർവ്വം ചിലർ.
സ്വച്ഛന്ദ കർമ്മചാരികൾ
സ്വച്ഛന്ദ മൃത്യുവശഗരും
അനുവാദം ചോദിക്കാതെ
മരണത്തിനുപോലും
അവരെ സമീപിക്കാനാവില്ല
കുട്ടീ.

അറുപത്തെട്ട്

വീണ്ടും കാണാമെന്നു പറഞ്ഞാണവർ
പിരിഞ്ഞത്
സർവ്വവ്യാപിയായ ദൈവം
അവന്റെ ആശയങ്ങൾക്കനുസരിച്ച്
മനുഷ്യരെത്തമ്മിൽ
കൂട്ടിയിണക്കുകയും വേർപിരിക്കുകയും
ചെയ്യും
അവനുദ്ദേശിക്കുന്നുവെങ്കിൽ

നമ്മിളിനിയും കാണും
എന്നാൽ ആഗ്രഹമരുത്
എല്ലാം അവന്റെ ഇച്ഛക്കനുസരിച്ച്
വിടുന്നതാണ് നന്ന്.

അറുപത്തി ഒൻപത്

ശേഷം ഇരുപത്തഞ്ചു വർഷങ്ങൾ.
നീണ്ടയാതനകളുടെ
അലച്ചിലിന്റെ
കൊടിയ തപസ്സിന്റെ
ശ്രേഷ്ഠമായ ചില തിരിച്ചറിവുകളുടേയും.

എഴുപത്

ആറുവർഷം
കരിയിലകൾ മാത്രം ഭക്ഷിച്ച്
ഒരു വർഷം യമുനാനദിയിൽ
മുങ്ങിക്കിടന്ന്
വീണ്ടും ആറുവർഷം
പെരുവിരലിൽ
തപസ്സു ചെയ്ത്
പന്ത്രണ്ടുവർഷം
ഗംഗാതടങ്ങളിൽ അലഞ്ഞുനടന്ന്.

ഏകാന്തം

എഴുപത്തൊന്ന്

ശൈഖാവതീ മുനിയിൽ നിന്നാണ്
തപസ്സിന്റെ ആദ്യപാഠങ്ങൾ പഠിച്ചത്
'തനിച്ച്, പശിച്ച്, മിഴിയടച്ച് '
അദ്ദേഹം പറഞ്ഞു.

എഴുപത്തി രണ്ട്

'തനിയെ
വിശന്ന്
ശ്രദ്ധിച്ച്'
അതുവരെ പഠിച്ച
പാഠങ്ങളെയെല്ലാം
മാറ്റി മറിച്ച
പുതിയ പാഠം.

എഴുപത്തിമൂന്ന്

'അലഞ്ഞു നടക്ക്'
'തല നനച്ച
വിശപ്പകറ്റ്'
'അനക്കങ്ങൾ അറിഞ്ഞു
മറഞ്ഞിരിക്ക്'
മുനി ഒരു മഹാ വൃക്ഷമായി
മുന്നിൽ നിന്നു.
എഴുപത്തിനാല്

അതോടെ വനത്തിൽ എവിടെ
നടക്കാനും വിഷമമില്ലാതായി.
വിശ്രമം തന്നെ ജീവിതം
എന്നായി പുതിയ ജീവിതതത്ത്വം

എഴുപത്തഞ്ച്

കൂടുതൽ നടക്കുന്നതിനേക്കാൾ
പ്രധാനമാണ് ശ്രദ്ധയോടെയുള്ള നടപ്പ്.
ഓരോ അടിയും ശ്രദ്ധിച്ച്.

പുറം കണ്ണിനേക്കാൾ
അകം കണ്ണു തുറന്ന്
ഓരോതിരിവിലും
മനസ്സു കൂർപ്പിച്ച്.

എഴുപത്താറ്

ഭീതിയും ആശങ്കകളും
പെട്ടെന്നകന്നു.
മരവുരിയുടേയും ഈഞ്ചയുടേയും
നിർമ്മാണം പഠിച്ചു.
പാറപ്പുറങ്ങളിലും അടിത്തട്ടുയർന്ന
വൃക്ഷച്ചുവടുകളിലും തനിച്ചിരിക്കുന്നത്
ജീവിതത്തിലെ പ്രധാന
പാഠങ്ങളിലൊന്നാണെന്നു
തിരിച്ചറിഞ്ഞു.

എഴുപത്തേഴ്

അരണി കടഞ്ഞു തീയുണ്ടാക്കി.
കുന്തിരിക്കവും ഉണക്കിലകളും
കത്തിച്ചു വായു ശുദ്ധമാക്കി.
അല്പം മാത്രം ഭക്ഷിച്ച്
അലഞ്ഞു നടക്കുന്നതു ശീലമാക്കി.

എഴുപത്തെട്ട്

വർഷകാലങ്ങളിൽ
ഗുഹകളേയും
ശരത്കാലങ്ങളിൽ
ശിലാതല്പങ്ങളേയും
ആശ്രയിച്ചു.
രാത്രികാലങ്ങളിലെ
ഒറ്റയ്ക്കുള്ള നടപ്പ്
അതുവരെയില്ലാത്ത
തിരിച്ചറിവുകളും സ്ഥിരതയും
മനസ്സിനു നല്കി.

എഴുപത്തൊമ്പത്

ഇരുപത്തഞ്ചുവർഷങ്ങൾ.
ആറുവർഷം കരിയിലകൾ
മാത്രം ഭക്ഷിച്ച്.
ഒരുവർഷം യമുനാനദിയിൽ
മുങ്ങിക്കിടന്ന്.
വീണ്ടും ആറുവർഷം പെരുവിരലിൽ
തപസ്സു ചെയ്ത്.
പന്ത്രണ്ടുവർഷം ഗംഗാതടങ്ങളിൽ
അലഞ്ഞുനടന്ന്.

ഓർമ്മകൾ

എൺപത്

ഭീഷ്മരെ മറക്കാൻ പോയിട്ട്
മനസ്സിൽ നിന്നയാളെ
ഒഴിവാക്കാൻ പോലുമാവില്ലെന്നും
ഇക്കാലങ്ങളിൽ തിരിച്ചറിഞ്ഞു.
ജീവിതം നഷ്ടമാക്കിയ
ശിലാഹൃദയൻ.
അയാൾ കടന്നു പിടിച്ച കൈ
ഛേദിച്ചു കളയാൻ പോലും
ഒരു ഘട്ടത്തിൽ ചിന്തിച്ചതാണ്.

എൺപത്തൊന്ന്

അയാളുടെ കൈകളുടെ പരുപരുപ്പ്
ഇപ്പോഴും തന്റെ വലതു കൈപ്പടത്തെ
വേദനിപ്പിക്കുന്നതുപോലെ.
കൈകളുടെ കരുത്ത്
തന്റെ കൈപ്പടത്തിൽ നിന്നുയർന്ന്
മേനിയിലാകെ പ്രകമ്പനം
ചെയ്യുന്നതുപോലെ.

എൺപത്തി രണ്ട്

ജീവിതത്തിൽ ആദ്യമായി
കൈപിടിച്ച പുരുഷന്റെ മുഖം
ഒരു സ്ത്രീയ്ക്ക് അവളുടെ സ്മരണാലോകത്തു നിന്ന്
എത്ര ശ്രമിച്ചാലും
മാച്ചുകളയാനാവില്ലേ?
അയാൾതന്നെ
സ്നേഹിച്ചിരുന്നില്ലെങ്കിൽത്തന്നെയും?
തന്നെ സംരക്ഷിക്കാനയാൾ
ഉദ്ദേശിച്ചിരുന്നില്ലെങ്കിൽത്തന്നെയും?
പ്രേയസിയാക്കി ജീവിതത്തിന്റെ
ശ്രീകോവിലിലെ ആരാധനാമൂർത്തിയായി
വാഴിക്കാൻ അയാൾ ആഗ്രഹിച്ചിരു
ന്നില്ലെങ്കിൽത്തന്നെയും?

അയാൾ തന്റെ ജീവിതത്തിലേക്ക്
അതിക്രമിച്ചു കടന്നു വന്ന
ഒരാളാണെങ്കിൽപ്പോലും?

എൺപത്തിമൂന്ന്

അവളുടെ വലതു കൈവിരലുകൾ
അറിയാതെ ഉയർന്ന്
കൺപീലികളേയും നാസികാതടങ്ങളേയും
അറിയാതെ സ്പർശിച്ച്
ഇരുകവിൾത്തടങ്ങളേയും തഴുകി
ഒരു നിമിഷം നിശ്ചലമായി.
ബ്രഹ്മചാരിയായ
സ്ത്രീജിതനായ
സ്ത്രീകൾക്കപ്രാപ്യനായ
കരുത്തനായ ഒരു പുരുഷന്റെ
മൃദുലഗന്ധം ഇപ്പോഴും
അവയിൽ തങ്ങിനില്ക്കുന്നുണ്ടോ?
കരുത്തനായ ഒരു ബ്രഹ്മചാരിയുടെ
ദീർഘകരാംഗുലികളുടെ
നനുത്ത സ്പർശരേണുക്കൾ?
കരുത്തനായ ഒരു പുരുഷശ്രേഷ്ഠന്റെ
നിർദ്ദയമായ സ്വയം നിരാകരണങ്ങളുടെ
വിലോല വിഭ്രമ സ്മരണാ കണങ്ങൾ?

എൺപത്തി നാല്

അത്ഭുതകരമായ ചില സന്ദേഹങ്ങളുടെ
സ്വയം ഞെട്ടിലിലമർന്നു അവൾ.
ഭീഷ്മരോടുള്ള തന്റെ വിദ്വേഷത്തിന്റെ
കാർഷ്ണ്യത്തിൽ
എന്തുകൊണ്ടാണ് താനറിയാതെ
ഒരു മയം വരുന്നത്?
ജീവിതസ്വപ്നങ്ങളെയെല്ലാം
തല്ലിത്തകർത്ത
സാഫല്യത്തിന്റെ പടിവാതില്ക്കൽ

വച്ചവയെ ചവിട്ടിയരച്ച
മാപ്പർഹിക്കാത്ത പാതകങ്ങൾമാത്രം
തന്നോടുചെയ്തിട്ടുള്ള അയാളെ
ക്കുറിച്ചുള്ള സ്മരണകളിൽ?

എൺപത്തഞ്ച്

ഒരിക്കൽ
ബൃഹദീശ്വരക്ഷേത്രത്തിന്റെ
കവാടത്തിൽവച്ചയാളെ കണ്ടിരുന്നു.
മഹേഷിലെ ഉത്സവകാലത്ത്.
തന്റെ സ്വയം വര നിശ്ചയത്തിനും
ഒരു വർഷം മുമ്പ്.
പന്ത്രണ്ടുവർഷത്തിലൊരിക്കൽ
നടത്തുന്ന ഉത്സവമായതിനാൽ
നാനാദേശങ്ങളിൽ നിന്നും
ആളുകളെത്തിയിരുന്നു.
ക്ഷേത്രത്തിനുമുമ്പിലുള്ള
മൈതാനത്തിൽ ഓരോ ദേശക്കാർക്കും
പ്രത്യേകം പ്രത്യേകം പന്തലുകൾ.

എൺപത്താറ്

കുന്തിഭോജൻ, അവന്തീശ്വരൻ
വേശാലൻ.
അനുജത്തിമാരിൽ നിന്നകന്ന്
സാല്വനെ പ്രതീക്ഷിച്ചാണു
താൻ നിന്നതെങ്കിലും
അയാളെത്തിയില്ല
മനസ്സിനുണ്ടായചെടിപ്പ്
സ്വയമമർത്തി
ക്ഷേത്രദർശനം കഴിഞ്ഞു
പുറത്തുകടന്നു.
അപ്പോഴാണ് 'ഭീഷ്മമഹാശയ്'
'ഭീഷ്മമഹാശയ്'
എന്ന ആരവം കാതിൽപ്പെട്ടത്.
എന്തുകൊണ്ടോ

Ramachandran

മറ്റു രാജാക്കന്മാർക്കു വേണ്ടി
ചെയ്യുന്നതുപോലെ
ഉറക്കെയുള്ള ആരവങ്ങൾ മുഴക്കി
അയാളെ സ്വീകരിക്കാനാവുമായിരുന്നില്ല
അവർക്ക്.
ഏകാഗ്രത നിറഞ്ഞ
അയാളുടെ മുഖം
അതനുവദിച്ചില്ല
എന്നതു കൊണ്ട്.
എന്നാൽ 'ഭീഷ്മവ്രതർ,'
'ഭീഷ്മവ്രതർ' എന്ന അത്ഭുതം
ആർക്കും അടക്കാനായതുമില്ല,
അയാളാകട്ടെ
തേരിൽ നിന്നിറങ്ങി
ആരെയും ശ്രദ്ധിക്കാതെ
ക്ഷേത്രത്തിനുള്ളിൽ കടന്ന്
പൂജാരിയുമായി
എന്തെല്ലാമോ സംസാരിച്ചശേഷം
അങ്ങനെതന്നെ പുറത്തു കടന്നു.
നമസ്തേ മഹാശയ്
എന്നു താൻ പറഞ്ഞത്
അയാൾ കേട്ടുവോ
എന്നറിയില്ല.
എന്നാൽ
കയ്യുയർത്തി
പ്രത്യഭിവാദ്യം ചെയ്തു
എന്നുറപ്പ്
ആരവങ്ങളിൽ അലിഞ്ഞ്
ഇല്ലാതാവും വരെ
തേരിൽനിന്നും
കണ്ണെടുക്കാനായില്ല.

എൺപത്തേഴ്

പരശുരാമനുമായുള്ള
യുദ്ധത്തിനുശേഷം

ഒരിക്കൽ മാത്രമാണ് കണ്ടത്.
ഗംഗാതടങ്ങളിൽ
അലഞ്ഞു നടക്കുമ്പോൾ
തന്റെ തപശ്ചര്യ തുടങ്ങി
ഇരുപത്തി നാലാം വർഷം.
കഠിനവ്രതങ്ങളുടെ
ഇടവേളകളിലൊന്നിൽ
ബദര്യാശ്രമത്തിൽ
എത്തിയതായിരുന്നു താൻ.
പൂർവ്വോത്തരദേശങ്ങളിലെ
ചില സന്യാസിമാരും
അലഞ്ഞു നടക്കുന്നചില ഭിക്ഷുക്കളും
അപ്പോഴവിടെയുണ്ടായിരുന്നു.
അയാൾ അവിടെ എത്തിയത്
എന്തിനാണെന്നറിയില്ല.
ഒറ്റയ്ക്കായിരുന്നു.
അയാൾ എപ്പോഴും
അങ്ങനെ തന്നെയണെന്ന്
മുനി പറഞ്ഞു.

എൺപത്തെട്ട്

പകൽ എവിടെയെല്ലാമോ
അലഞ്ഞു തിരിഞ്ഞശേഷം
സന്ധ്യക്ക് അയാൾ
വീണ്ടും വന്നു.
കുതിരയെ പുറത്തുമേയാൻ
വിട്ടശേഷം
ഒറ്റയ്ക്ക്
രാജസചര്യനെങ്കിലും
മഹർഷി
അയാൾക്കു തുല്യസ്ഥാനമാണ്
നല്കിയത്.
മേൽക്കൂരയിൽ കെട്ടിയാഴ്ത്തിയ
ഓട്ടുവിളക്കിനുതാഴെ
പുല്പായയിൽ.

ധൃതരാഷ്ട്രരുടേയും
പാണ്ഡുവിന്റെയും
കീഴിൽ
ഹസ്തിനപുരിയുടെ
കുതിപ്പാരംഭിച്ച
കാര്യമാണവർ
സംസാരിച്ചത്.
ധൃതരാഷ്ട്രർ ഗാന്ധാരിയേയും
പാണ്ഡു കുന്തിയേയും
മാദ്രിയേയും വിവാഹം ചെയ്തു.
സമീപദേശങ്ങളെല്ലാം
പാണ്ഡുവിന്റെ അപ്രമാദിത്വം
അംഗീകരിച്ചു കഴിഞ്ഞിരിക്കുന്നു.
കുരുവംശത്തിന്റെ ജൈത്രയാത്ര
തുടങ്ങി ക്കഴിഞ്ഞു.

എൺപത്തൊമ്പത്

കുരുവംശത്തിന്റെ ജൈത്രയാത്ര
തുടങ്ങിക്കഴിഞ്ഞു.
അനുജത്തിമാരുടെ
മക്കളാണെങ്കിലും
പാണ്ഡുവിനേയും
ധൃതാരാഷ്ട്രരേയും കുറിച്ച്
ദീർഘകാലമായി ഒന്നും
കേട്ടിരുന്നില്ല.
തന്റെ ജീവിതം തകർന്നുവെങ്കിലും
മാനസപുത്രന്മാർ
ഹസ്തിനപുരിയുടെ
സാരഥ്യമേറ്റെടുത്തുവെന്നുകേട്ടത്
അനല്പമായ ആഹ്ലാദമായി.
അതിന്റെ സൂത്രധാരൻ
ഭീഷ്മരാണെന്നതിലും
ഖേദമൊന്നും തോന്നിയില്ല
സത്യവ്രതനായ അയാളുടെ
നിശ്ചയങ്ങൾക്കുമുന്നിൽ
ഒരു പ്രതിബന്ധത്തിനും

നിലനില്ക്കാനാവില്ലെന്നും
മനസ്സിലായി.

തൊണ്ണൂറ്

രാത്രിമുഴുവൻ
അവർ സംസാരിച്ചിരുന്നു.
സമീപത്ത്
ഒരു പുല്പായയിലിരുന്ന്
എല്ലാം കേട്ടു
ഇടയ്ക്കിടെ ഉള്ളിൽക്കടന്ന്
ചുക്കുകാപ്പിയും ശർക്കരയും കൊണ്ടുവന്ന്
ഇരുവർക്കും നല്കി.
ഇടയ്ക്കെപ്പോഴോ തന്റെകണ്ണിൽനിന്നും
ഒരു തുള്ളി കണ്ണുനീരടർന്ന്
അയാളുടെ കാൽക്കൽ വീണത്
അയാളെ ഞെട്ടിച്ചു.
തീപ്പൊള്ളലേറ്റതു പോലെ
എഴുന്നേറ്റ്
അയാൾ
ഒരു ചുവടുമാറിനിന്നു.
അപൂർവ്വമായ
ഒരുനിമിഷത്തിന്റെ സമാഗമമറിഞ്ഞ്
മഹർഷിയും എഴുന്നേറ്റു നിന്നു.
താൻ മെല്ലെ പിൻവാങ്ങി
ഉള്ളിൽക്കടന്ന്
പാചകപ്പുരയിലിരുന്ന്
ഒരുപാടുനേരം
കരഞ്ഞു.

സ്വപ്നം, പിൻമടക്കം

തൊണ്ണൂറ്റൊന്ന്

മകളേ, അംബ,
നീയിച്ഛിക്കുന്നുവെങ്കിൽ
നിനക്കുഭീഷ്മരെ വധിക്കാം.
അടുത്തജന്മത്തിൽ
ദ്രുപദന്റെ മകളായിപിറന്ന്.
കുരുപാണ്ഡവയുദ്ധത്തിൽ
അർജ്ജുനന്റെ കവചമായി
ഭീഷ്മർക്കു മുഖാമുഖം നിന്ന്.
നീയിച്ഛിക്കുന്നുവെങ്കിൽമാത്രം.
പരമശിവദേവൻ
സ്വപ്നത്തിലെത്തി പറഞ്ഞു.

തൊണ്ണൂറ്റി രണ്ട്

ഒന്നും പറയാൻ തോന്നിയില്ല.
വധിക്കാം, വേണമെങ്കിൽ.
ഇച്ഛിക്കുന്നുവെങ്കിൽ
ഇച്ഛിക്കുന്നുവെങ്കിൽമാത്രം
പക്ഷേ,എന്തിന്?
ഹനനവും പുനർജന്മവുമൊക്കെ
എന്തിനാണ്,
ആസക്തിയറ്റ മനസ്സിന്?
എങ്കിലും ഒന്നു കൗതുകകരമായി ത്തോന്നി.
മുഖാമുഖം നില്ക്കാം,
ഭീഷ്മരുമായി
ഈ തേജോപുഞ്ജവുമായി
തീക്ഷ്ണമായ, ഈ പുരുഷപ്രഭയുമായി.
ആസക്തിയില്ലാത്ത വികാരങ്ങളില്ലാത്ത
പകയും വിദ്വേഷവുമില്ലാത്ത
ഭയവും ആശങ്കകളുമില്ലാത്ത
മാനുഷികമായ ചാഞ്ചല്യങ്ങളൊന്നുമേയില്ലാത്ത
ഈ പുരുഷകേസരിയോടൊപ്പം
പടക്കളത്തിൽ.
മുഖാമുഖം
മുഖത്തോടുമുഖം

മുഖത്തിനു മുഖം കണ്ട്
അറിഞ്ഞും അറിയാതെയും
പരസ്പരം കണ്ട്
അറിഞ്ഞ് ശ്രുവിച്ച്
മതിവരുവോളം കണ്ട്,
മതിവരുവോളം കണ്ട്,
മതിവരുവോളം അറിഞ്ഞ്,
മതിവരുവോളം അറിഞ്ഞ്,
മതിവരുവോളം ശ്രുവിച്ച്,
മതിവരുവോളം ശ്രുവിച്ച്.

തൊണ്ണൂറ്റിമൂന്ന്

പക്ഷേ,
പക്ഷേ സ്നേഹിക്കുന്നവരെ
അറിയുന്നവരെ
ഇഷ്ടപ്പെടുന്നവരെ
കണ്ട്കൊതി തീരുമോ മനുഷ്യന്?
എത്രജന്മം കണ്ടാലും...
എത്രജന്മം കണ്ടാലും
എത്രജന്മം അറിഞ്ഞാലും
എത്രജന്മം അറിഞ്ഞാലും
എത്രജന്മം ശ്രുവിച്ചാലും
എത്രജന്മം ശ്രുവിച്ചാലും
പടക്കളത്തിലായാലും
ജീവിതത്തിലായാലും
സ്വർഗ്ഗപാതാളങ്ങളിലെവിടെയായായാലും
എവിടെയായയാലും
എവിടെയായയാലും.

തൊണ്ണൂറ്റിനാല്

സ്നേഹവും അഗ്നിയും തമ്മിലെന്താണ്?
ജീവിതവും അഗ്നിയും തമ്മിൽ?
മരണവും അഗ്നിയും തമ്മിൽ?
ഗുപ്തമായിരിക്കുന്നിടത്തോളം

അനന്തത തന്നെയാണാകാരം.
സ്നേഹാഗ്നിയുടേയും
ജീവിത മരണങ്ങളുടേയും.
ആളിക്കത്തുമ്പോഴാകട്ടെ
പൊലിഞ്ഞ് പരിണാമത്തിന്റെ
അടുത്ത തുറവികൾക്കായി
കാതോർക്കുകയും.

തൊണ്ണൂറ്റഞ്ച്

ഖേദം തോന്നിയില്ല
അഗ്നിതന്നെയായിരുന്നു ഉള്ളിലും
പുറത്തെച്ചൂട് അകത്തേതിനേക്കാൾ
കഠിനമായിരുന്നില്ല.
സത്യത്തിന്റെ തലയെടുപ്പറിഞ്ഞതിന്റെ
ഉന്മാദവും.
അഗ്നിയിൽ തെളിഞ്ഞുകണ്ടത്
അയാളുടെ മുഖം തന്നെയായിരുന്നു.
തേജസ്സിനേക്കാൽ തേജസ്വിയായ
സത്യത്തേക്കാൾ സത്യവാനായ
സൗന്ദര്യത്തേക്കാൾ സൗന്ദര്യവാനായ
ജനനമരണങ്ങളേക്കാൾ
ജീവസ്സും ക്ഷമയുമുറ്റ
അയാളുടെ മുഖം.

താരാപഥം

യുദ്ധം തുടങ്ങുമെന്നുറപ്പായി
ഭഗവാന്റെ ശ്രമങ്ങളും ഫലം കണ്ടില്ല.
താൻ ശ്വാസം കൊടുത്തു വളർത്തിയ പ്രസ്ഥാനം
ചേരികളായി തിരിഞ്ഞുതയ്യാറെടുത്തപ്പോൾ
ഏറ്റവും വേദനിച്ചത് ഭീഷ്മർതന്നെയാണ്.
കുരുവംശം എന്ന തന്റെ ആശയം
തന്നെയാണ് ചോദ്യം ചെയ്യപ്പെടുന്നത്
സത്യത്തിൽ നിന്ന് അണുവിട
വ്യതിചലിക്കാതെ ജീവിച്ചിട്ടും!
രണ്ടുകാര്യങ്ങളാണ് അത്ഭുതകരമായി
തോന്നിയത്.

ഒന്ന്

ധർമ്മിഷ്ഠരിൽ ധർമ്മിഷ്ഠൻ എന്നു
കേൾവിപ്പെട്ടിട്ടും
എന്തുകൊണ്ട് യുധിഷ്ഠിരന്
ചൂതിനുള്ള പ്രലോഭനത്തെ
അടക്കാനായില്ല?
അയാൾക്കതിനു കഴിഞ്ഞിരുന്നുവെങ്കിൽ
യുദ്ധം തന്നെ ഉണ്ടാകുമായിരുന്നില്ലല്ലോ?
മറ്റൊന്ന്,
ഭഗവാൻ ശ്രമിച്ചിട്ടുപോലും
എന്തുകൊണ്ട് യുദ്ധം ഒഴിവാകുന്നില്ല?
നിഷ്പക്ഷമതിയെന്ന് പൂർണ്ണ
ബോധ്യമുണ്ടായിരുന്നുവെങ്കിൽ
ഭഗവാൻ നില്ക്കുന്നപക്ഷത്തോട്
ഏറ്റുമുട്ടുന്നതിലെ ആത്മവിനാശം
ദുര്യോധനനെ ഭയപ്പെടുത്തുമായിരുന്നില്ലേ?
ആത്മനാശത്തിനുമാത്രം
കാരണമാവുന്ന യുദ്ധത്തെ
ഏതുപോരാളിക്കാണ്
അറിഞ്ഞുകൊണ്ട് സ്വീകരിക്കാനാവുക?

രണ്ട്

തന്റെ പക്ഷത്തെക്കുറിച്ച്
അധികം
ആലോചിക്കാനില്ല.
പിതാമഹനെങ്കിലും
ജീവിതകാലം മുഴുവൻ കഴിച്ചത്
ദുര്യോധനന്റെ ചോറുതന്നെ.
അവസാനഘട്ടത്തിൽ
വ്യതിചലിക്കുന്നത്
തന്നെപ്പോലൊരാൾക്ക്
ചേർന്നതല്ല.
പടനായകൻ തന്നെയാകേണ്ടിവരും,
മറ്റുപോംവഴിയില്ല.
ഒറ്റ മുഖമേയുള്ളൂ, സത്യത്തിന്
രണ്ടില്ല.

മൂന്ന്

തന്റെ മരണവും ഉറപ്പുതന്നെ!
അവളുടെ അചഞ്ചലമായ മുഖം
അതുവെളിപ്പെടുത്തുന്നു.
ചിത്രയോധിയുടെ,
പുരുഷവേഷധാരിയെങ്കിലും
ദൃഢബുദ്ധിയായ ശിഖണ്ഡിയുടെ.
ദ്രുപദരാജകുമാരിയുടെ!

നാല്

മനസ്സിന്റെ കെട്ടുപാടുകൾ
വിചിത്രം തന്നെ,
ജീവിതത്തിന്റേയും!
ചിത്രകുബ്ജയിൽവച്ച്
ആദ്യം കണ്ടപ്പോൾത്തന്നെ
അതറിഞ്ഞു.
വിരാട്കുബ്ജയുടെ
ഉത്സവ വേളയിൽ.

ഉത്സവം കാണാൻ
ആയിരങ്ങൾ വന്നിരുന്നുവെങ്കിലും
കണ്ടത് അവളെ മാത്രമായിരുന്നു.
അശ്വാരൂഢയായി
അങ്ങുമിങ്ങും
കറങ്ങി നടക്കുകയായിരുന്നു.
തന്റെ അടുത്തേയ്ക്കവൾ
വന്നില്ല.
എങ്കിലും
അകലെനിന്നു തന്നെ
സാന്നിദ്ധ്യമറിയിക്കുന്ന
എന്തോ ഒന്ന്
അവളിലുണ്ടായിരുന്നു.

അഞ്ച്

അംബയുടെ
പുനർജന്മമാണെന്ന്
എല്ലാവരും പറഞ്ഞു.
ഭൗതികയുക്തികൾ കൊണ്ടുകൂടി
കാര്യങ്ങൾ കണ്ടതുകൊണ്ട്
കാര്യമായെടുത്തിരുന്നില്ല.
പുനർജന്മങ്ങൾ
ഉണ്ടാവാം, ഇല്ലായിരിക്കാം.
പുണ്യപാപങ്ങളുടെ
പാഥേയങ്ങൾ

ശേഷിക്കുന്നുവെങ്കിൽ
പുനർജന്മം
ഉണ്ടാവാതിരിക്കാൻ
ന്യായമില്ല.
എങ്കിലും ഭൗതികമായി
അതിനുതെളിവുകളില്ല

Ramachandran

ആറ്

ഭീഷ്മരെ വധിക്കാൻ
വരം നേടി
അന്തർദ്ധാനം
ചെയ്യുകയായിരുന്നവത്രേ.
തന്റെ ചെയ്തികളോർക്കുമ്പോൾ
തികച്ചും സ്വാഭാവികം.
പക്ഷേ അവളുടെ
വ്യസനങ്ങളല്ലാതെ
തന്റെ മരണം
ഒരു കാലത്തും
തന്റെ വിഷയമായിരുന്നില്ലെ
ന്നോർത്തപ്പോൾ തമാശയും തോന്നി.
തുറന്നു പറയാമായിരുന്നു.
കഴിഞ്ഞില്ല.
പറയേണ്ടതൊന്നും
പറയാതെ തന്നെയാണ്
ജീവിതത്തിലധികവും
കടന്നുപോവുന്നത്.
എങ്കിലും
അവൾ മറഞ്ഞുപോയെന്നും
വിശ്വസിക്കാനാവുന്നില്ല.
ഒരിക്കൽ പ്രിയമുണ്ടായിരുന്നവർ
പിന്നീടുകണ്ടുമുട്ടുന്നില്ലെന്നു കരുതി
പ്രിയമുള്ളവർ
അല്ലാതാവുന്നതെങ്ങിനെ?
ആപരിചിതർ
ആവുന്നതെങ്ങിനെ?

ഏഴ്

ആൾക്കൂട്ടത്തിന്റെ
അകലമുണ്ടായിരുന്നുവെങ്കിലും
മുന്നിലെ ഏകരൂപം
അവൾമാത്രമായിരുന്നു.
എത്രശ്രമിച്ചിട്ടും
പ്രിയേ എന്ന സംബോധന

ഉള്ളിലടക്കാനായില്ല.
അകലെയായിരുന്നുവെങ്കിലും
മനസ്സിന്റെ ഏകാഗ്രതയിൽ
എല്ലാം കണ്ടു.
പുരുഷനെന്നുഭാവിച്ചുള്ള
നില്പും ചേഷ്ടകളും
ഉള്ളിൽ ചിരി പടർത്തി
യവന യോദ്ധാക്കളെപോലെ
തോന്നിക്കുന്ന കുപ്പായവും
കാലുറയും
വൈരക്കമ്മലുകൾ.
കിരീടം.
മറ്റുള്ളവരിൽ നിന്നു
പാലിച്ച അകലവും
ചോദ്യങ്ങൾക്ക്
ഇടം കൊടുക്കാത്ത
പ്രകൃതവുമാണ്
പുരുഷൻ എന്ന നാട്യത്തെ
സംരക്ഷിച്ചുനിർത്തിയത്
എങ്കിലും
മുഖത്തുനിന്നും
വഴിഞ്ഞൊഴുകുന്ന
ലാവണ്യം
ഏതുനാട്യത്തേയും
നിഷ്പ്രഭമാക്കുന്നതായിരുന്നു.

എട്ട്

ജന്മാന്തരങ്ങളിലൂടെ
തുടരുന്ന ഓർമ്മകൾ.
ജീവിതം എവിടെ
അവസാനിക്കുന്നു
അടുത്തത് എവിടെ
തുടങ്ങുന്നു
എന്നുനമ്മൾ അറിയുന്നില്ല
എങ്കിലും

പേലവമാണ് മനുഷ്യജന്മം.
ഉത്തരവാദിത്വങ്ങൾ
നിറഞ്ഞതെങ്കിലും
മനോജ്ഞം ,മനോഭിരാമം.
പ്രതിസന്ധികൾ ഉണ്ടെങ്കിലും
ഹൃദ്യം, ഹൃദയോന്മാദകം
വീണ്ടും വീണ്ടും ജനിക്കാൻ
തോന്നിപ്പിക്കുന്നത്.
അവസാനിക്കാതിരുന്നെങ്കിൽ
എന്ന് അറിയാതെ നമ്മൾ
ആശിച്ചു പോവുന്നത്.

വീണ്ടും അവൻ

ഒൻപത്

അതെ! അവൻ തന്നെ!
ഭീഷ്മർ,
ഹൃദയത്തിനുണ്ടായകുതിപ്പ്
അടക്കാനായില്ല.
മഹാനുഭാവ,മഹാനുഭാവ
എന്ന് അറിയാതെ
ഉരുവിട്ടുപോയി.
എന്താണു കാരണം എന്നറിഞ്ഞില്ല.
ജന്മാന്തരങ്ങളായി
തിരഞ്ഞുകൊണ്ടിരുന്ന ഒരാളെ
പെട്ടെന്നു കണ്ടുമുട്ടിയതു പോലെ.
ഭീഷ്മർ, ഭീഷ്മർ
എന്ന് എല്ലാവരും
പറയാറുണ്ടെങ്കിലും
കണ്ടിരുന്നില്ല.
എന്നാൽ
ഈ നിമിഷത്തിനു വേണ്ടിയാണ്
ജനിച്ചതെന്നും
തോന്നിപ്പോവുകയാണ്.
നിർഭയനായ
സൂര്യനെപ്പോലെ ശോഭിക്കുന്ന
അഭൗമമായ
ഒരു പ്രഭാപുഞ്ജത്തിന്റെ
മുന്നിൽ നിൽക്കുന്നതുപോലെ!
ജന്മം സഫലമാവുന്നതുപോലെ!

പത്ത്

പുരുഷനെന്നു ഭാവിച്ചാണ്
ജീവിച്ചത്.
നുരഞ്ഞുപൊന്തുന്ന ലാവണ്യത്തെ
യമശക്തികൊണ്ട്
അടക്കി നിർത്താനാവുമെന്നും കരുതി.
പുരുഷാഹന്തയോടുള്ള
ഉദാസീനതയും.

ദ്രുപദ ദമ്പതിമാർ വിസമ്മതിച്ചില്ല.
എന്നാൽ അടക്കിനിർത്തിയിരുന്ന
ഉപേക്ഷകളെല്ലാം
പൊട്ടിത്തെറിക്കുകയാണിപ്പോൾ.
സ്ത്രീത്വത്തിന്റെ
അപ്രതിരോധ്യമായ
ഉയിർത്തെഴുന്നേല്പ്.
അപൂർവ്വ പുരുഷത്വത്തിന്റെ
അപ്രമാദിത്വത്തിനു മുന്നിൽ.
സത്യത്തിന്റെ അനന്ത
വിസ്മയ സമക്ഷം.

പതിനൊന്ന്

മെയ്യാകെ
കോരിത്തരിച്ചിരിക്കുന്നു.
മാറിടം
വക്ഷോജം
ശ്രോണീതടം.
അഭൗമമായ
ആപ്രഭാപുഞ്ജത്തിന്റെ
കാൽക്കൽവീണ്
ധൂളികൾ ചുംബിച്ചെടുത്താലോ
എന്നാലോചിച്ചു.

പന്ത്രണ്ട്

അകലെയാണ്,
എങ്കിലും
അയാളല്ലാതെ ആരും
മുന്നിലുണ്ടായിരുന്നില്ല.
തന്നെ കണ്ടോ എന്നറിയില്ല
എങ്കിലും രഥം നിശ്ചലമായിരിക്കുന്നു.
ജന്മങ്ങളായി കാത്തിരുന്ന ഒരാൾ
മുന്നിലെത്തിയതുപോലെ
നേരേ നോക്കു വാനാവുന്നില്ല

എന്നാൽ സാന്നിദ്ധ്യം
ഉള്ളിൽ നിറഞ്ഞ്
ആത്മാവിലേക്ക്
ആഴ്ന്നിറങ്ങുന്നതുപോലെ.

പതിമൂന്ന്

എത്രനേരമാണ്
അമ്മേട്ടിൽ
നിന്നതെന്നറിഞ്ഞില്ല.
കാലസ്ഥലങ്ങൾ
നിശ്ചലമായി ക്കഴിഞ്ഞിരുന്നു.
സമയം
അനാദിയായ ഒരു പുഴപോലെ
ഒഴുകി കാലതടങ്ങളിൽ
പടർന്നു ശമിച്ചു.
താളമേളങ്ങൾ
ആകാശത്തോളമുയർന്ന്
നാഗഫണങ്ങളെ പ്പോലെ
ഉറഞ്ഞാടി.
ജനക്കൂട്ടം
ശബ്ദകല്ലോലങ്ങൾ സൃഷ്ടിച്ച്
നാദവിസ്മയങ്ങൾ തീർത്ത്
അനന്ത ഭ്രമികകളിലേക്ക്
നൃത്തം ചെയ്തുനീങ്ങി.

പതിനാല്

എങ്ങോട്ടാണയാൾ
തേരോടിച്ചു പോയതെന്നും
എപ്പോഴാണു തന്റെ
മടക്കയാത്ര തുടങ്ങിയതെന്നും
അറിഞ്ഞില്ല
സമയത്തിന്റെ
അദൃശ്യമായ തേരിൽ കയറി
സ്വയമറിയാതെ സഞ്ചരിച്ചു.

വീഥിയുടെ ഇരുവശത്തും
നിന്നിരുന്ന സുരകന്യകമാർ
പുഷ്പാഭിഷേകം ചെയ്ത്
ആനന്ദ നൃത്തം ചവിട്ടി.
മനസ്സ് സർവ്വ ശക്തനായ
ജഗന്നിയന്താവിന്റെ
ലീലാവിലാസങ്ങളോർത്ത്
പ്രാർത്ഥനാ നിർഭരമായി.

ശേഷം

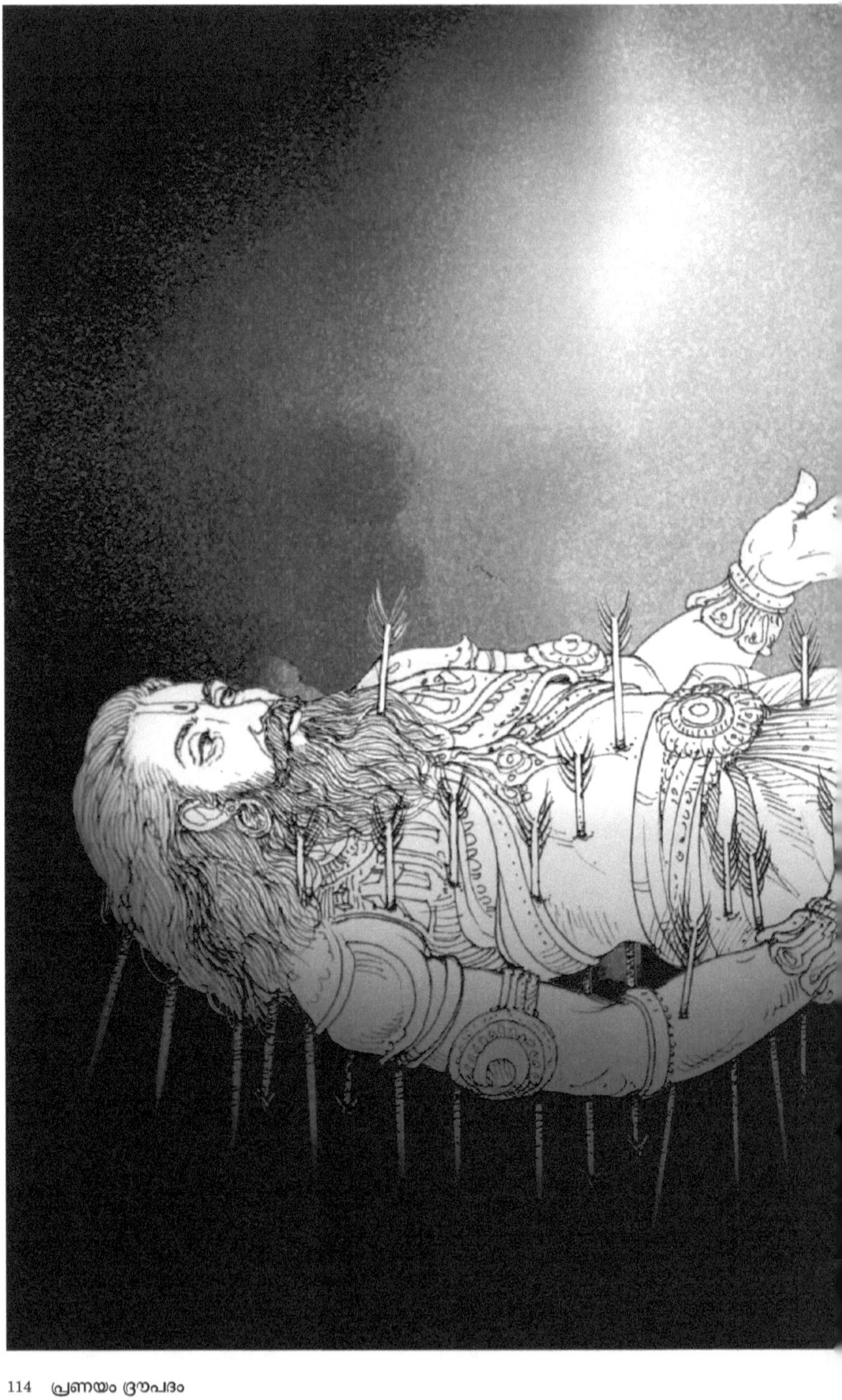

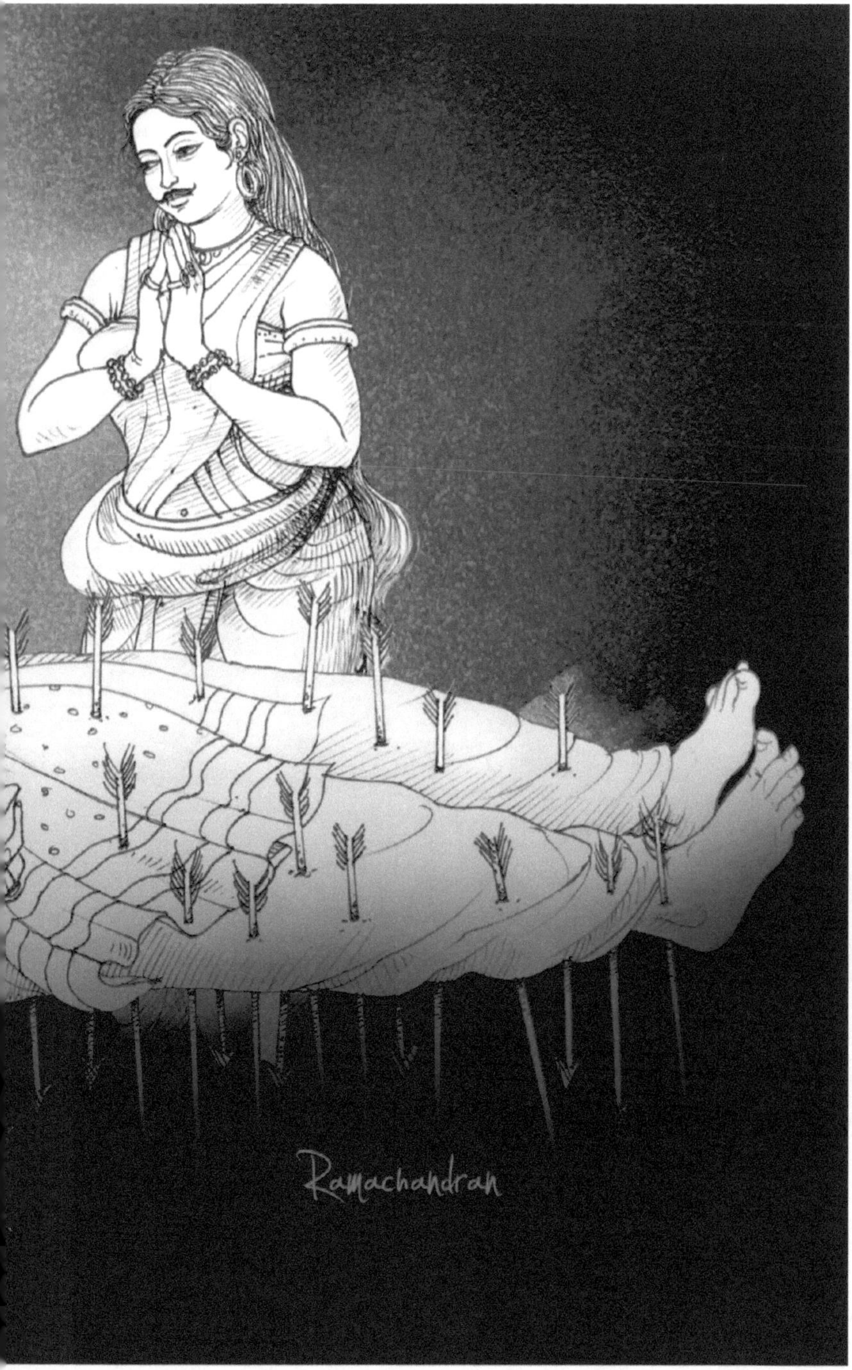
Ramachandran

പതിനഞ്ച്

ചിത്രയോധീ...
മഹാത്മാവേ...
അവസാനം നീ വന്നു ചിത്രയോധീ...
അതേ മഹാത്മാവേ
വന്നു, ഞാൻ വന്നു!
നന്ദി
നന്ദികുട്ടി, നന്ദി!
നീ വരു മെന്നെനിക്കറിയാമായിരുന്നു.
ഇല്ലായിരുന്നെങ്കിൽ
നീ വന്നില്ലായിരുന്നുവെങ്കിൽ
അപൂർണ്ണമായി അവസാനിക്കുമായിരുന്നു.
എന്റെ ജന്മം.
വലിയൊരഭാവം
ശേഷിക്കുമായിരുന്നു എന്നിൽ!
ചിലപ്പോൾ
ചിലപ്പോഴെന്നല്ല, മിക്കവാറും
ഏതാണ്ടു നിശ്ചയമായിത്തന്നെ
മടങ്ങി വരേണ്ടി വരുമായിരുന്നു, ഞാൻ!
നിന്നോടുള്ള കടങ്ങൾ വീട്ടാൻ
നിന്നോട്...
നിന്നോടു മാപ്പപേക്ഷിക്കാൻ
മാപ്പപേക്ഷിക്കാൻമാത്രം
...
മഹാത്മാവേ...

പതിനാറ്

വേദന തോന്നുന്നുവോ മഹാത്മവേ
നിനക്ക്?
അപ്രസക്തമാണുകുട്ടീ ആ ചോദ്യം
നീകാണുന്നില്ല
മുറിവുകൾ....
നിണം....
ശരശയ്യയിലെ ശയനം...
എങ്കിലും അങ്ങയുടെ മുഖം പ്രസന്ന

മാണുമഹാത്മൻ...
അത്ഭുതകരമായവിധം...
ഈ വിധം ദുരിതത്തിലായ ഏതൊരു
വനിലും
അപ്രതീക്ഷിതമായവിധം...
അതേ, കുട്ടീ...
അപൂർവ്വമായ ഒരു ജന്മമായിരുന്നു
ഭീഷ്മരുടേത്
അപൂർവ്വത്തിൽ അപൂർവ്വം....
അപൂർവ്വമായ വേദനകൾ
നിറഞ്ഞത്...
അപൂർവ്വമായ വേദനകളിൽ നിന്നുണ്ടായ
അപൂർവ്വമായ അടക്കം സിദ്ധിച്ചതും
മഹാത്മാവേ....

പതിനേഴ്

വേദനകൾ ഒരുപാടുണ്ടായിരുന്നുവെങ്കിലും
ഒരു വേദനയേ എന്നിൽ ശേഷിച്ചിരുന്നുള്ളൂ കുട്ടി1
അതു നിന്നെക്കുറിച്ചുള്ളതായിരുന്നു.
നിന്റെ അലച്ചിലുകൾ....
യാത്രകൾ...
പ്രച്ഛന്നതകൾ....
പുനഃപ്രത്യക്ഷങ്ങൾ...
നിന്നെ...
നിന്നെ സംബന്ധിക്കുന്ന
എല്ലാം....
എല്ലാകുട്ടീ... എല്ലാം.

പതിനെട്ട്

സാരമില്ല മഹാത്മൻ...
അതുചിത്രയോധിയുടെ വിധിയായിരുന്നു.
ചെറിയ ചെറിയ യാത്രകളായിരുന്നുവല്ലോ അവ.
ഇപ്പോൾ ഞാനെത്തി ച്ചേർന്നതാകട്ടെ,
ഒരുമഹാപ്രസ്ഥാനത്തിലേക്കാ-
ണെന്നും ഞാനറിയുന്നു.

നിന്നിലേക്കുള്ള
ഭീഷ്മരിലേക്കുള്ള
സത്യത്തിന്റെ ആൾ രൂപമായ
സത്യത്തിന്റെ അനന്തവിസ്മയമായ
സത്യമല്ലാത്ത ഒന്നിനും നിലനില്ക്കാനാ
വില്ലെന്ന്
സത്യമല്ലാത്ത ഒന്നിനും ശാശ്വതീകത്വമില്ലെന്ന്
സത്യമല്ലാത്ത ഒന്നിനും സ്വച്ഛന്ദ ജീവിതമോ
സ്വച്ഛന്ദ മൃത്യുവോ കൈവരിക്കാനാവില്ലെന്ന്
ജീവിതം കൊണ്ടു തെളിയിച്ച
ഭീഷ്മരിലേക്കുള്ള...

പത്തൊൻപത്

ചിത്രയോധീ...
മഹാത്മാവേ...
ചിത്രയോധീ...
മഹാത്മാവേ....
ചിത്രയോധീ....
മഹാത്മാവേ...

ഇരുപത്

മഹാത്മൻ
ഒരു സംശയം...
ഒരേയൊരുസംശയം മാത്രം
കുരുവംശത്തെക്കുറിച്ച്...
കുരുവംശമഹാഭാരതത്തെക്കുറിച്ചുള്ള
നിന്റെ സ്വപ്നങ്ങൾ?
ഇല്ലകുട്ടീ
ദക്ഷിണായനം കഴിഞ്ഞു.
എന്റെ സമയമായി വരുന്നു.
ഞാൻ എന്നും എന്റേതെന്നുമുള്ള
ചിന്തകൾക്കിനി സമയമില്ലല്ലോ....

www.ingramcontent.com/pod-product-compliance
Lightning Source LLC
LaVergne TN
LVHW040813051026
849519LV00007BA/2621
9789391453831